Khi hơi thở
HÓA THINH KHÔNG

KHI HƠI THỞ HÓA THINH KHÔNG

Bản quyền tiếng Việt © Công ty Cổ phần Sách Alpha, 2017

Công ty Cổ phần Sách Omega Việt Nam xuất bản, bìa mềm, 2017, 2018

Chúng tôi luôn mong muốn nhận được những ý kiến đóng góp của quý vị độc giả để sách ngày càng hoàn thiện hơn.

Biên mục trên xuất bản phẩm của Thư viện Quốc gia Việt Nam

Kalanithi, Paul

    Khi hơi thở hoá thinh không / Paul Kalanithi ; Trần Thanh Hương dịch. - Tái bản. - H. : Lao động ; Công ty Sách Alpha, 2018. - 236tr. ; 21cm

    ISBN 9786045994474

    1. Ung thư phổi 2. Bác sĩ 3. Mỹ 4. Tự truyện

    616.994240092 - dc23

                                 LDM0146p-CIP

Góp ý về sách, liên hệ về bản thảo và bản dịch: publication@omegaplus.vn

Liên hệ ebooks, hợp tác xuất bản & truyền thông trên sách: hoptac@omegaplus.vn

Liên hệ dịch vụ tư vấn, đại diện & giao dịch bản quyền: rights@omegaplus.vn

PAUL KALANITHI

Khi hơi thở
HÓA THINH KHÔNG

Abraham Verghese *đề tựa*
Trần Thanh Hương *dịch*

NHÀ XUẤT BẢN LAO ĐỘNG

HỘI ĐỒNG XUẤT BẢN

ജയന്ത്

ĐƠN VỊ BẢO TRỢ TRUYỀN THÔNG

TẠP CHÍ TIA SÁNG

TrạSáng
BỘ KHOA HỌC VÀ CÔNG NGHỆ

https://www.facebook.com/tiasang.tapchi
Website: http://tiasang.com.vn/

TRẠM ĐỌC

 TRẠM ĐỌC

https://www.facebook.com/tramdocvn
website: http://tramdoc.vn/

MỤC LỤC

Các sự kiện trong cuốn sách đều dựa trên hồi ức của bác sĩ Kalanithi về những tình huống có thực. Tuy nhiên, tên của các bệnh nhân trong cuốn sách, nếu có, cũng được thay đổi. Bên cạnh đó, trong mỗi ca được mô tả trong sách, các chi tiết về nhân thân như tuổi tác, giới tính, sắc tộc, nghề nghiệp, mối quan hệ gia đình, nơi cư ngụ, tiền sử bệnh, và/hoặc các chẩn đoán cũng được thay đổi. Thêm một ngoại lệ nữa, tên của các đồng nghiệp, bạn bè, và bác sĩ điều trị của bác sĩ Kalanithi cũng được thay đổi. Nếu việc thay đổi tên tuổi hay chi tiết mô tả như vậy có gây ra bất kỳ điểm trùng hợp nào với những người đang sống hay đã khuất thì đều là một sự hoàn toàn tình cờ và ngẫu nhiên.

Sống là gì anh kiếm tìm trong cái chết

Giờ nhận ra khi hơi thở hóa thinh không

Tên mới không hay, tên cũ không còn:

Cho tới khi thời gian ngừng xác thể,

Độc giả! Dành thời gian, khi còn có thể

Bước chân nhẹ về cùng với cõi vô ưu.

— Baron Brooke Fulke Greville, "Caelica 83" —

ĐỀ TỰA

— ABRAHAM VERGHESE

Khi viết những dòng này, tôi chợt nảy ý nghĩ lời nói đầu có lẽ tốt hơn nên được hiểu là lời bạt cuối sách. Bởi vì khi nhắc đến Paul Kalanithi, mọi cảm giác về thời gian đều trở nên thật khác biệt. Trước tiên là – hoặc cuối cùng là – tôi chỉ được biết Paul sau khi anh đã qua đời. (Xin độc giả hãy kiên nhẫn.) Bởi chỉ đến khi anh không còn nữa, tôi mới biết Paul một cách tường tận nhất.

Tôi gặp anh trong một buổi chiều đáng nhớ ở Stanford vào đầu tháng Hai năm 2014. Khi đó anh vừa gửi đăng một bài báo trên tờ New York Times có tựa: "Tôi Còn Lại Bao Nhiêu Thời Gian?" – một tiểu luận thu hút làn sóng phản hồi và thổ lộ lớn từ độc giả. Những ngày kế tiếp, bài báo đó lan truyền theo cấp số nhân. (Tôi là chuyên gia về bệnh truyền nhiễm, do đó xin hãy thứ lỗi cho việc không so sánh sự việc này với khái niệm 'viral' – lan truyền như virus). Sau đó, Paul đến gặp tôi để nói chuyện, xin lời khuyên về đại diện giữa nhà văn và nhà xuất bản, biên tập viên và quá trình xuất bản – bởi anh có một khao khát được viết sách. Chính là cuốn sách *này*, cuốn sách mà bạn hiện đang cầm trên tay. Tôi nhớ lại ánh mặt trời xuyên qua tàng cây mộc lan ngoài văn phòng đã rọi sáng khung cảnh lúc bấy giờ: Paul ngồi ngay trước mặt tôi, đôi bàn tay đẹp đẽ hoàn toàn bất động, với bộ râu rậm rạp của một giáo đồ, đôi mắt sậm âm thầm quan sát và đánh giá tôi. Trong ký ức của mình, bức tranh này đạt chất lượng Vermeer[1], sắc như trong hộp tối camera obscura[2]. Tôi còn nhớ mình đã tự nhủ, *mày phải ghi nhớ khung cảnh này*, bởi vì những gì hiện lên trên võng mạc lúc này thật sự quý giá. Và bởi vì, trong hoàn cảnh về căn bệnh của Paul, tôi không chỉ nhận thức được cái chết của anh mà còn của chính bản thân mình.

Chúng tôi đã nói rất nhiều trong buổi chiều ấy. Anh là bác sĩ nội trú năm cuối về phẫu thuật thần kinh. Trên hành trình sự nghiệp của mình, chúng tôi có lẽ đã gặp nhau đâu đó nhưng chưa từng có chung bệnh nhân nào theo như trí nhớ. Anh nói rằng từng theo chuyên ngành Anh ngữ và

---

1. Johannes Vermeer là một họa sĩ bí ẩn người Hà Lan ở thế kỷ 17, ông nổi tiếng với những tác phẩm hiện thực kinh điển về xử lý màu sắc và ánh sáng trong tranh. (Chú thích của người dịch, từ sau sẽ ghi là DG, những chú thích khác không ghi rõ đều của biên tập viên).

2. Có ý kiến cho rằng để có thể tạo ra các tác phẩm xuất sắc và xử lý ánh sáng một cách phi thường như vậy là nhờ ông đã sử dụng một thiết bị quang học gọi là Camera Obscura – hộp tối – tiền thân của các loại máy ảnh sau này.

Sinh học thời đại học ở Stanford, sau đó tiếp tục làm thạc sĩ về văn học Anh. Chúng tôi hàn huyên về tình yêu trọn đời của anh đối với việc đọc sách và viết lách. Tôi đã rất ngạc nhiên bởi anh có lẽ đã dễ dàng trở thành một giáo sư Anh ngữ – mà quả thực, trong một thời điểm trong đời, anh có vẻ từng định theo đuổi con đường đó. Sau rồi, hệt như người cùng tên trên hành trình tới Damacus, anh cảm thấy 'tiếng gọi'. Thay vào đó, anh trở thành một bác sĩ, nhưng là một bác sĩ vẫn hằng mơ trở lại với văn học theo một cách nào đó. Một cuốn sách chẳng hạn. Một ngày nào đó. Anh nghĩ anh có thời gian, vậy tại sao lại không chứ? Cho dù thời gian là thứ mà anh chỉ còn rất ít đi chăng nữa.

Tôi nhớ nụ cười khẽ nhếch, bộc lộ một chút tinh quái ngay cả khi khuôn mặt anh hốc hác và phờ phạc. Mặc dù trải qua một khoảng thời gian khó khăn do căn bệnh ung thư nhưng liệu pháp sinh học mới đã đem lại phản ứng tốt, cho phép Paul lạc quan về tương lai một chút. Anh nói trong suốt quãng thời gian ở trường Y, anh thường mặc định rằng mình sẽ trở thành một bác sĩ tâm thần học để rồi cuối cùng lại say mê phẫu thuật thần kinh. Trên cả niềm say mê đối với tính phức tạp của não bộ, trên cả sự thỏa mãn khi rèn luyện đôi bàn tay đạt được những ngón nghề điêu luyện – đó là tình yêu và sự cảm thông đối với những người đang đau đớn, với những gì họ cam chịu và những gì anh có thể phải vận dụng. Tôi không nghĩ Paul là người nói với tôi về phẩm chất này, mà chủ yếu tôi được nghe về nó qua một sinh viên từng phụ giúp cho anh: về niềm tin mãnh liệt của anh trong chiều kích đạo đức của công việc. Và sau đó chúng tôi đã nói về cái chết của anh.

Sau buổi gặp đó, chúng tôi giữ liên lạc qua email, nhưng không gặp nhau thêm lần nào nữa. Không hẳn là do tôi đã biến mất vào thế giới của riêng tôi với những thời hạn, trách nhiệm công việc, mà còn là ý thức mãnh liệt của bản thân tôi về việc buộc phải tôn trọng thời gian của anh ấy. Sẽ hoàn toàn là quyết định nơi Paul nếu anh muốn gặp tôi hay không. Tôi cảm thấy bổn phận phải chăm chút cho một tình bạn mới là thứ cuối cùng anh cần đến. Tôi nghĩ về anh rất nhiều và về vợ anh nữa. Tôi muốn hỏi không biết anh có còn đang viết không. Liệu anh có thời gian cho việc đó không? Rất nhiều năm rồi, trong vai trò của một bác sĩ bận rộn, tôi đã vùng vẫy để tìm chút thời gian viết lách. Tôi muốn nói với anh rằng, có một nhà văn nổi tiếng rất ái ngại cho vấn đề muôn thuở này có lần đã nói với tôi: "Nếu tôi mà là nhà phẫu thuật thần kinh và cáo với khách khứa rằng mình phải rời đi ngay để thực hiện một ca phẫu thuật mở hộp sọ, sẽ chẳng có ai nói gì cả. Nhưng nếu tôi nói với họ cứ ngồi chơi ở phòng khách để tôi lên tầng *viết lách* một chút..." Tôi không biết Paul có thấy buồn cười không. Suy cho cùng thì *anh* thực sự có thể nói rằng anh sắp phải làm một ca phẫu thuật sọ! Quá là hợp lý! Rồi thay vào đó, anh có thể ngồi viết.

Khi Paul đang viết cuốn sách này, anh gửi đăng một bài tiểu luận ngắn đáng chú ý trên tờ *Stanford Medicine* trong một kỳ báo dành nói về ý niệm thời gian. Tôi cũng có một bài tiểu luận trên đó, ngay kề với bài của anh và tôi chỉ biết điều này khi đã cầm tờ tạp chí trên tay. Đọc những dòng anh viết, tôi lại một lần nữa nảy ra ý nghĩ thoáng qua nhưng sâu sắc hơn về điều gì đó từng đã được bộc lộ trong bài tiểu luận ở tờ *New York Times* dạo trước: cách viết của Paul đơn giản là quá tuyệt. Anh ấy có thể viết về bất kỳ thứ gì, và chúng đều rất có uy lực. Nhưng Paul không phải viết về bất kỳ điều gì – anh chỉ viết về thời gian và việc thời gian có ý nghĩa như thế nào đối với anh trong tình cảnh bệnh tật của mình. Đó là điều khiến bài viết trở nên vô cùng thấm thía.

Nhưng đây mới là điều tôi cần phải nhắc lại: *bài văn đó là điều không thể quên được.* Từ cây bút của mình, anh viết ra châu ngọc.

Tôi đọc đi đọc lại tác phẩm của Paul, cố gắng hiểu xem anh mang đến điều gì. Đầu tiên, đó là nhạc kịch. Nó có âm hưởng của Galway Kinell, gần như một bài thơ văn xuôi. ("Nếu một ngày điều đó xảy đến/ bạn thấy mình bên cạnh người thương/ trong quán cà phê ở ngay cuối đường/ Pont Mirabeau, quầy bar kiểu Pháp/ rượu vang chứa trong những cốc thủy tinh mở thẳng…" trích dẫn Kinell trong một bài thơ tôi từng nghe ông trích đọc ở thành phố Iowa mà không cần nhìn vào giấy.) Nhưng tôi cũng nếm thấy một điều gì khác nữa, điều gì đó từ vùng đất lỗi thời, trước cả thời các quán bar toàn bằng kẽm kiểu Pháp. Vài ngày sau đó khi đọc lại bài tiểu luận của Paul một lần nữa, tôi khám phá ra nó: bài viết của Paul gợi tới bài viết của Thomas Browne. Browne đã viết *Religio Medici* (Tín ngưỡng của một Y sĩ) trong một bài văn xuôi năm 1642, đều theo lối viết và cách nói cổ xưa. Là một bác sĩ trẻ, tôi bị ám ảnh bởi cuốn sách đó, kiên trì với nó như thể một người nông dân ra sức làm tiêu nước cho cái đầm lầy mà trước đó bố anh ta đã thất bại. Đó là một công việc vô ích, nhưng tôi khao khát đến tuyệt vọng nhằm nắm được những bí mật, để rồi thất vọng ném nó sang một bên, rồi lại cầm nó lên, không chắc rằng điều đó có ích gì cho mình, nhưng khi đọc lên từng từ, lại có cảm giác là hữu ích. Tôi cảm thấy mình thiếu mất bộ thụ cảm quan trọng để khiến các con chữ có thể hát, truyền tải ý nghĩa của chúng. Cho dù cố gắng thế nào đi chăng nữa, tôi vẫn u mê.

Bạn hỏi, tại sao? Tại sao tôi lại kiên trì như vậy? Ai thèm quan tâm đến *Religio Medici* cơ chứ?

Có, đó là người hùng của tôi, William Osler. Osler là cha đẻ của y học hiện đại, ông mất năm 1919. Ông rất yêu cuốn sách này và để nó ngay trên chiếc bàn đầu giường. Ông đã từng đề nghị được chôn chung với một bản *Religio Medici*. Suốt cuộc đời mình, tôi không thể hiểu được những gì Osler thấy được qua đó. Sau rất nhiều lần thử sức – và sau vài thập kỷ – cuốn sách cuối cùng đã trở nên sáng tỏ. (Rất may là những bản in gần đây đã có cách đánh vần hiện đại hơn.) Tôi phát hiện ra mẹo là phải đọc to lên, như vậy mới không để tuột mất nhịp văn của nó *"We carry with us the wonders, we seek without us: There is all Africa, and her prodigies in us; we are that bold and adventurous piece of nature, which he that studies, wisely learns in a compendium, what others labour at in a divided piece and endless volume."*[1] Khi bạn đọc tới đoạn cuối trong sách của Paul, hãy đọc lên thành tiếng và bạn sẽ nghe thấy một dòng dài tương tự, cái nhịp văn mà bạn có thể gõ nhịp chân theo cùng… nhưng với Browne, bạn có lẽ sẽ muốn bay lên. Còn Paul, đối với tôi, chính là Browne hồi sinh. (Hay nếu thời tương lai chỉ là một ảo giác, có lẽ Browne lại là hồi sinh của Kalanithi. Thật nhức đầu.)

Khi Paul mất. Tôi tới dự lễ truy điệu anh ở nhà thờ Stanford, một nơi lộng lẫy tôi thường đến ngồi lúc vắng vẻ, để ngưỡng mộ thứ ánh sáng, sự tĩnh lặng nơi đây và cũng

---

1. Chữ in nghiêng là ý đồ của người dịch. Tạm dịch: "Chúng ta mang trong mình tất cả những kì quan mà ta cố tìm kiếm bên ngoài bản thân ta. Toàn bộ châu Phi và những gì tuyệt diệu của nó đều ở trong ta. Chúng ta là phần táo bạo và đầy mạo hiểm của tự nhiên. Một số người nghiên cứu (phần thiên tính này) một cách đầy thông thái qua những ghi chép thu gọn súc tích, số khác lại vật lộn kiếm tìm trong những trang sách dài bất tận và rời rạc." (DG)

là nơi tôi luôn tìm thấy sự tái sinh. Bên trong nhà thờ đã chật cứng người để sẵn sàng cho buổi lễ. Tôi ngồi dạt ở một bên, lắng nghe những câu chuyện cảm động và đôi khi là dữ dội từ những người bạn thân nhất, mục sư và anh trai anh. Đúng, Paul đã đi, nhưng thật lạ kỳ, tôi cảm thấy mình mới chớm hiểu anh, ngoài lần gặp gỡ ở văn phòng, ngoài những bài tiểu luận mà anh viết. Anh thành hình trong những câu chuyện kể ở nhà thờ tưởng niệm Stanford. Trong mái vòm vút cao ở một không gian vừa vặn, chúng tôi tưởng nhớ người đàn ông này, thân thể anh đã nằm sâu trong đất nhưng *sự sống* vẫn đang hiển hiện. Anh thành hình trong dáng người vợ hiền và cô con gái nhỏ, trong dáng bậc sinh thành và người thân đau đớn khôn nguôi, trong khuôn mặt của vô số bạn bè, đồng nghiệp và những bệnh nhân cũ đang làm đầy không gian ấy; anh nằm đó trong buổi lễ đưa tang tổ chức sau đó ngoài trời, trong khung cảnh tất cả mọi người xích lại bên nhau. Tôi thấy những khuôn mặt bình thản, mỉm cười, như thể họ đang chứng kiến điều gì đó đẹp tuyệt vời nơi nhà thờ. Có lẽ khuôn mặt tôi cũng vậy; chúng tôi tìm thấy ý nghĩa trong nghi lễ tưởng niệm, trong lời tán dương, trong những giọt nước mắt được san sẻ. Có một ý nghĩa khác sâu thẳm hơn ngay tại buổi đón tiếp này nơi chúng tôi được làm dịu cơn khát, nuôi dưỡng cơ thể và nói chuyện với những người hoàn toàn xa lạ, kết nối với nhau mật thiết thông qua Paul.

Vậy nhưng chỉ đến khi nhận được những trang sách mà bạn hiện đang cầm trên tay, hai tháng sau khi Paul qua đời, tôi mới cảm thấy mình cuối cùng đã hiểu được Paul, hiểu được anh nhiều hơn những gì ở một người bạn – nếu tôi có cái may mắn được gọi anh là bạn. Sau khi đọc xong cuốn sách mà bạn sắp đọc, tôi thừa nhận tôi thấy mình không tương xứng: có một sự chân thành, một sự thật trong cuốn sách khiến tôi sững sờ.

Hãy sẵn sàng. Hãy ngồi xuống. Để xem dũng khí là như thế nào. Để thấy một người thật dũng cảm biết bao khi bộc lộ bản thân theo cách ấy. Trên hết thảy, để thấy được bằng từ ngữ của mình, một người vẫn tiếp tục sống, tiếp tục ảnh hưởng tới cuộc đời của những người khác ngay cả khi ra đi là thế nào. Trong một thế giới thông tin thiếu đồng bộ, khi chúng ta vùi mặt vào màn hình, mắt dán chặt vào những thiết bị chữ nhật trên tay, sự chú ý của chúng ta bị thiêu trụi bởi những phù du, xin hãy dừng lại để trải nghiệm cuộc đối thoại này với anh bạn đồng nghiệp trẻ vừa lìa đời của tôi, nay không tuổi và mãi hiện trong ký ức. Hãy lắng nghe Paul. Trong những khoảng lặng giữa câu chữ của anh, hãy lắng nghe những gì bạn muốn đối thoại lại với anh. Ngay tại đó là thông điệp anh muốn nói. Tôi đã nắm được nó. Tôi hy vọng bạn cũng trải nghiệm điều này. Đây là một món quà. Giờ thì đừng để tôi đứng chắn giữa bạn và Paul.

LỜI MỞ ĐẦU

Webster ám ảnh nhiều về cái chết
Và nhìn thấy xương sọ dưới lớp da
Những sinh vật không ngực sâu trong đất
Ngả về sau trong nụ cười không môi

— T. S. ELIOT,[1] "LỜI THÌ THẦM CỦA BẤT DIỆT"

Tôi lướt qua ảnh chụp CT, chẩn đoán đã rõ ràng: hai phổi mờ mịt vô số khối u, xương sống biến dạng, một thùy gan bị phá sạch. Là một bác sĩ phẫu thuật thần kinh bước vào năm cuối chương trình nội trú, trong suốt sáu năm qua, tôi đã nghiên cứu vô số bản chụp cắt lớp kiểu này, với hy vọng có thể làm được điều gì đó cho bệnh nhân. Nhưng lần này thật khác biệt: ảnh chụp là của chính tôi.

Tôi không còn ở trong dãy phòng chụp X-quang vận trang phục chuyên dụng và áo blu trắng mà vận bộ quần áo

---

1. T. S. Eliot (1888-1965): Nhà thơ, nhà viết kịch, nhà phê bình văn học Anh gốc Hoa Kỳ đã được trao giải Nobel văn chương.

bệnh nhân và bị cột vào một cây truyền dịch, tôi dùng chiếc máy vi tính y tá để lại trong phòng. Bên cạnh là vợ tôi, Lucy, một bác sĩ nội khoa. Lần lượt nhìn qua từng cửa sổ máy tính một lần nữa: phổi, xương, gan, kéo từ trên xuống dưới, từ trái sang phải, từ đằng trước ra đằng sau, theo cách mà tôi đã từng được đào tạo, như thể cố biết đâu sẽ tìm ra được điều gì đó làm thay đổi chẩn đoán.

Chúng tôi nằm cạnh nhau trên chiếc giường bệnh.

Lucy lặng lẽ, hệt như đang đọc từ một bản thảo: "Liệu có bất kỳ khả năng nào nó là một thứ gì khác không?"

"Không," tôi đáp.

Chúng tôi ôm nhau thật chặt như những cặp tình nhân trẻ. Năm ngoái, cả hai đều nghi ngờ nhưng đã từ chối tin, thậm chí từ chối thảo luận về căn bệnh ung thư đang phát triển trong người tôi.

Khoảng sáu tháng trước, tôi bắt đầu bị sụt cân và đau lưng trầm trọng. Khi thay đồ buổi sáng, thắt lưng phải thắt lại một nấc, sau đó là hai nấc. Tôi đến gặp bác sĩ chính của mình, một người bạn cùng lớp cũ từ Stanford. Anh của cô đột ngột qua đời lúc đang là bác sĩ nội trú ngành phẫu thuật thần kinh sau khi tảng lờ đi những dấu hiệu nhiễm trùng tai hại, và do đó cô đảm nhiệm việc theo dõi sức khỏe của tôi, hệt như một từ mẫu. Tuy nhiên, khi tới nơi, tôi gặp một bác sĩ khác trong phòng khám – cô bạn kia của tôi đang trong giai đoạn nghỉ sinh.

Trong tấm áo choàng xanh mỏng nằm trên bàn khám bệnh lạnh lẽo, tôi mô tả những triệu chứng của mình cho bác sĩ: "Đương nhiên," tôi nói, "nếu đây là câu hỏi trong kỳ thi lấy chứng chỉ hành nghề – bệnh nhân ba mươi lăm tuổi sút cân đột ngột và những cơn đau lưng mới bột phát không rõ lý do – thì câu trả lời hiển nhiên sẽ là Ung thư. Nhưng cũng có thể là tôi đã làm việc quá nặng nhọc. Tôi không biết nữa. Tôi muốn chụp MRI cho chắc."

"Tôi nghĩ chúng ta cứ chụp X-quang trước đã," cô nói. Chụp MRI cho đau lưng khá tốn kém, và việc chụp hình một cách không cần thiết gần đây đang là trọng điểm quốc gia trong nỗ lực tập trung cắt giảm chi phí. Nhưng giá trị của một tấm scan phụ thuộc rất nhiều vào những gì bạn muốn biết: chụp X-quang phần lớn là không có tác dụng đối với các trường hợp ung thư. Dù vậy, đối với nhiều bác sĩ, yêu cầu chụp cộng hưởng từ trường trong giai đoạn đầu thế này giống như phản bội vậy. Cô tiếp tục: "Chụp X-quang không nhạy hoàn toàn, nhưng bắt đầu từ đấy là hợp lý."

"Vậy chụp X-quang tư thế gấp-ưỡn thì sao? – biết đâu lại là chứng trượt đột sống do khe hở eo?"

Từ tấm gương treo trên tường, tôi có thể thấy cô đang tra google.

"Đó là một dạng trượt đốt sống vùng thắt lưng, xảy ra với khoảng 5% dân số và thường gây ra đau lưng thường trực ở những người trẻ tuổi."

"Được. Vậy tôi sẽ chỉ định nó."

"Cám ơn," tôi nói.

Tại sao tôi vốn rất uy quyền trong bộ y phục phòng mổ nhưng lại trở nên rụt rè trong bộ đồ bệnh nhân? Sự thực là tôi biết nhiều về đau lưng hơn cô ấy – một nửa thời gian đào tạo của tôi trong vai trò bác sĩ phẫu thuật thần kinh liên quan đến các rối loạn ở xương sống. Nhưng biết đâu được, khả năng cao hơn là gai cột sống. Khá nhiều người trẻ tuổi bị gai cột sống – và còn ung thư cột sống ở tuổi ba mươi sao? Tỉ lệ đó không thể vượt quá một trong mười nghìn. Ngay cả khi nó phổ biến gấp một trăm lần con số đó, vẫn ít khả năng hơn gai cột sống nhiều. Biết đâu tôi chỉ đang hoảng sợ quá mức.

Hình chụp X-quang trông ổn. Chúng tôi quyết định rằng đây là những triệu chứng do công việc vất vả và cơ thể đang già đi. Sau khi đặt lịch cho lần khám theo dõi, tôi quay trở lại để hoàn thành phần việc cuối cùng trong ngày. Hiện tượng sụt cân chậm lại, những cơn đau lưng cũng dịu hơn. Một liều ibuprofen vừa phải giúp tôi chịu đựng qua ngày, và hơn hết cả, sẽ không còn nhiều những ngày tháng mệt nhoài làm việc hơn 14 tiếng một ngày thế này nữa. Hành trình của tôi từ một sinh viên y khoa vươn tới vị trí giáo sư về phẫu thuật thần kinh đã đến hồi kết: sau mười năm tu luyện miệt mài, tôi quyết tâm phải kiên trì nốt trong mười lăm tháng tới đến khi chương trình nội trú kết thúc. Tôi đã giành được sự tín nhiệm từ những người đi trước, đạt được nhiều giải thưởng quốc gia danh giá và đang cân nhắc đề nghị làm việc từ vài trường đại học lớn. Giám đốc chương trình học của tôi ở Stanford gần đây đã gặp tôi và nói, "Paul, tôi nghĩ anh sẽ là một ứng cử viên hàng đầu cho bất kỳ công việc nào mà anh lựa chọn. Thông tin cho anh hay: chúng tôi đang bắt đầu tìm kiếm một người như anh cho vị trí trong khoa. Đương nhiên là chưa hứa hẹn chắc chắn, nhưng anh nên suy nghĩ về chuyện này."

Ở tuổi ba mươi sáu, tôi đã leo gần lên đến đỉnh núi; tôi có thể nhìn thấy Vùng Đất Hứa, từ Gilead, Jericho cho tới Địa Trung Hải. Tôi có thể thấy trên biển đó chiếc tàu hai thân xinh đẹp mà Lucy, những đứa con giả định và tôi vẫn đi nghỉ cuối tuần trên đó. Tôi có thể thấy sức ép trên lưng mình nới ra khi lịch làm việc giãn dần và cuộc sống trở nên dễ dàng kiểm soát hơn. Tôi thấy mình cuối cùng cũng có thể trở thành một người chồng như đã hứa hẹn.

Vài tuần sau, tôi bắt đầu có những cơn đau ngực nghiêm trọng. Liệu tôi có va đập vào đâu đó ở chỗ làm không? Rạn xương sườn chẳng hạn? Vài đêm, tôi tỉnh giấc đầm đìa mồ hôi sũng sượt ra ga giường. Cân nặng lại tiếp tục giảm, còn nhanh hơn trước, từ 79 kg xuống còn 64 kg. Bắt đầu những cơn ho dai dẳng. Không còn nghi ngờ gì nữa. Vào trưa thứ Bảy, Lucy và tôi đang nằm sưởi nắng trong công viên Dolores ở San Francisco để đợi gặp em gái của nàng. Nàng liếc vào màn hình điện thoại của tôi, khi đó đang hiển thị kết quả tìm kiếm cho "tỉ lệ ung thư ở độ tuổi 30 tới 40."

"Cái gì?" nàng nói. "Em không biết là anh đang thực sự lo lắng về chuyện này."

Tôi không trả lời. Tôi không biết nói gì.

"Anh có muốn nói cho em biết không?" nàng hỏi.

Nàng tức giận bởi vì nàng cũng lo lắng về chuyện này. Nàng tức giận bởi vì tôi đã không nhắc đến nó. Nàng tức giận bởi tôi đã hứa hẹn với nàng một cuộc sống thế này, vậy mà lại đem đến cho nàng một cuộc sống khác.

"Anh có thể nói cho em biết tại sao anh không tin tưởng em không?" nàng hỏi.

Tôi tắt điện thoại. "Đi ăn kem đi," tôi nói.

Chúng tôi lên lịch nghỉ phép tuần sau đó để tới thăm những người bạn cũ thời đại học ở New York. Hy vọng những giấc ngủ đêm ngon lành cộng vài ly cocktail có thể giúp chúng tôi hàn gắn và xả bớt van chiếc nồi áp suất hôn nhân của chúng tôi.

Nhưng Lucy có kế hoạch khác, "Em không đến New York cùng anh được," nàng thông báo chỉ vài ngày trước chuyến đi. Nàng sẽ chuyển ra ngoài một tuần. Nàng muốn có thời gian để xem xét lại tình trạng hôn nhân của chúng tôi. Nàng nói bằng chất giọng vô cảm, chỉ làm tăng thêm cơn chóng mặt tôi đang cảm thấy.

"Sao?" tôi nói. "Đừng."

"Em yêu anh vô cùng, đó là lý do tại sao chuyện này thật bối rối." Nàng nói. "Nhưng em lo rằng chúng ta đòi hỏi những thứ khác nhau trong mối quan hệ này. Em cảm thấy như thể chúng mình chỉ gắn kết nửa vời. Em không muốn mình chỉ vô tình phát hiện ra những lo lắng của anh. Khi em nói với anh về cảm giác bị gạt ra, có vẻ như anh không coi đó là vấn đề. Em cần phải làm cái gì đó khác."

"Mọi thứ rồi sẽ ổn cả thôi," tôi đáp. "Chỉ là vấn đề nội trú thôi mà."

Sự việc có đúng là rất tệ? Quá trình đào tạo bác sĩ phẫu thuật thần kinh, một trong những chuyên khoa khắc nghiệt và yêu cầu cao nhất của ngành y, thực sự là có tạo sức ép lên cuộc hôn nhân của chúng tôi. Rất nhiều đêm tôi đi làm về muộn sau khi Lucy đã ngủ gục luôn trên sàn phòng khách vì kiệt sức. Và rất nhiều buổi sáng tôi rời nhà khi trời còn tối mù, trước khi nàng thức dậy. Nhưng sự nghiệp của chúng tôi đang lên – hầu như tất cả các trường đại học đều muốn cả hai chúng tôi: tôi ở ngành phẫu thuật thần kinh, Lucy ở nội khoa. Chúng tôi đã sống sót qua giai đoạn khó khăn nhất trong cuộc hành trình. Không phải là chúng tôi đã thảo luận về điều đó hàng tá lần trước đó sao? Chẳng phải nàng cũng biết đây là khoảng thời gian tồi tệ nhất để phá tung tất cả sao? Nàng không thấy rằng tôi chỉ còn một năm nội trú và rằng tôi yêu nàng, rằng chúng tôi đã tới thật gần cuộc sống bên nhau mà chúng tôi hằng mong muốn sao?

"Nếu chỉ là chuyện nội trú, em có thể chịu được," nàng nói. "Chúng ta đã đi được khá xa rồi. Nhưng vấn đề là, nếu không phải chỉ là chuyện nội trú thì sao? Anh có nghĩ rằng mọi chuyện sẽ tốt hơn khi anh trở thành bác sĩ phẫu thuật điều trị thần kinh?"

Tôi để nghị bỏ chuyến đi, để mở rộng lòng mình hơn, gặp hai vị trị liệu hôn nhân mà Lucy từng gợi ý vài tháng trước, nhưng nàng kiên quyết rằng mình cần thời gian – một mình. Lúc này, màn sương mù phủ lên cơn hỗn loạn đã tan đi, chỉ để lại một cạnh sắc cứng. Được, tôi nói. Nếu nàng quyết định đi, vậy tôi sẽ coi như mối quan hệ đã kết thúc. Nếu quả thực tôi bị ung thư, tôi sẽ không nói ra – nàng sẽ tự do sống bất kỳ cuộc đời nào mà nàng mong muốn.

Trước khi rời đi New York, tôi lén tới một vài cuộc hẹn thăm khám để loại trừ những nguy cơ ung thư phổ biến ở người trẻ tuổi. (Ung thư tinh hoàn? Không. Ung thư da? Không. Ung thư bạch cầu? Không.) Công việc về phẫu thuật thần kinh vẫn bận rộn như mọi khi. Đêm thứ Năm vụt qua sáng thứ Sáu khi tôi dính kẹt trong phòng mổ ba mươi sáu tiếng đồng hồ liên tục, với một chuỗi những ca vô cùng phức tạp: chứng phình mạch cỡ đại, phẫu thuật bắc cầu động mạch não, dị dạng động tĩnh mạch. Tôi thở ra một hơi, thầm cảm tạ khi bác sĩ trực đến, cho phép tôi ngả lưng vào tường lấy vài phút. Lần chụp X-quang vùng ngực duy nhất là khi tôi rời bệnh viện trên đường ra sân bay. Tôi nhận ra rằng nếu mình bị ung thư, đây có thể là cơ hội cuối cùng để gặp gỡ bạn bè, hoặc nếu không bị thì càng chẳng có lý do gì phải hủy bỏ chuyến đi.

Tôi phi về nhà lấy túi xách. Lucy đưa tôi tới sân bay và nói rằng nàng đã đặt lịch trị liệu hôn nhân cho chúng tôi.

Từ cửa ra, tôi gửi nàng một tin nhắn: "Anh ước là em ở đây."

Vài phút sau, lời đáp chuyển tới: "Em yêu anh. Em sẽ ở đây khi anh quay trở lại."

Lưng tôi cứng đờ trong suốt chuyến bay, và khi tới Ga Grand Central để bắt chuyến tàu tới nhà bạn tôi ở mạn Bắc, cơ thể tôi run rẩy vì những cơn đau. Trong suốt những tháng qua, tôi bị co thắt cơ lưng ở nhiều cấp độ, từ những cơn đau đủ nhẹ để có thể lờ đi, những cơn đau khiến tôi phải nghiến răng không nói thành lời, cho tới những cơn đau nghiêm trọng tới mức tôi co quắp trên sàn, gào thét. Cơn đau lần này tiến tới cực đau đớn tột cùng nhất trong chuỗi những cơn đau. Tôi nằm xuống dãy ghế cứng trong phòng chờ, cảm thấy cơ lưng mình đang xoắn lại, hít thở để kiểm soát cơn đau – do ibuprofen không có tác dụng tới chỗ đó – và cố gọi tên từng thớ cơ đang thắt lại để ngăn dòng nước mắt: cơ dựng cột sống, cơ trám, cơ lưng to, cơ tháp...

Một tay bảo vệ tiến đến, "Thưa ngài, ngài không thể nằm ở đây được."

"Tôi xin lỗi," tôi hổn hển, hắt ra từng từ. "Co thắt... cơ lưng.. kinh.. khủng."

"Vẫn không thể nằm ở đây được đâu ạ."

Tôi xin lỗi, nhưng tôi sắp chết vì ung thư.

Những từ này chần chừ trên đầu lưỡi – nhưng nếu không phải vậy thì sao? Biết đâu đây chỉ là những gì người mắc chứng đau lưng phải chịu. Tôi biết rất nhiều về những trận đau lưng – về giải phẫu, sinh lý, những thuật ngữ khác nhau mà bệnh nhân sử dụng để mô tả từng loại đau đớn – nhưng tôi không biết *cảm giác* của chúng thế nào. Có lẽ chỉ là thế này. Có lẽ. Hoặc có thể tôi không muốn nói ra lời xúi quẩy. Có thể tôi không muốn nói toạc ra từ *Ung thư*.

Tôi cố gượng dậy và khập khiễng tiến ra sân ga.

Đó là một buổi chiều muộn khi tôi tới ngôi nhà ở Cold Spring, 80 cây số về phía Bắc Manhattan, bên sông

Hudson và được chào đón bởi một tá bạn bè thân thiết nhất những năm qua. Tiếng hoan hô chào mừng của họ lẫn trong tạp âm láo nháo của lũ trẻ phấn khích. Sau đó là màn ôm hôn và một ly cocktail Dark and Stormy lạnh buốt được đưa vào tay tôi.

"Lucy không đến sao?"

"Công việc đột ngột," tôi nói. "Ngay phút cuối."

"Đúng là đen đủi."

"Này, cậu có phiền không nếu tớ nằm nghỉ một chút?"

Tôi đã hy vọng một vài ngày không phải vào phòng mổ, ngủ nghỉ, thư giãn đầy đủ – nói ngắn gọn là hương vị của một cuộc sống bình thường – sẽ biến những triệu chứng của căn bệnh đau lưng và sự mệt nhọc của tôi trở về mức thông thường. Nhưng sau một hai ngày, thực tế là không có sự ân xá nào cả.

Tôi ngủ xuyên bữa sáng và lết tới bữa trưa chỉ để nhìn chằm chằm vào các đĩa ăn ngập ragu thịt đậu và càng cua mà tôi không thể nuốt nổi. Tới bữa tối, tôi kiệt sức, chỉ muốn quay trở lại giường. Có lúc tôi đọc sách cho bọn trẻ con nghe, nhưng phần lớn thời gian là bọn chúng chơi loanh quanh chỗ tôi, nhảy nhót, la hét. ("Các con à, bố nghĩ là chú Paul cần được nghỉ ngơi. Sao các con không qua đằng kia chơi đi?") Tôi nhớ tới những ngày nghỉ khi còn là cố vấn trại hè mười lăm năm trước, ngồi bên bờ hồ ở Bắc California với một lũ trẻ xoắn xuýt ở bên, lấy tôi làm chướng ngại vật trong trò cướp cờ của chúng. Khi đó tôi đang đọc một cuốn sách có tên *Cái Chết và Triết Học*. Tôi từng cười vào sự bất hợp lý của khoảnh khắc này: một chàng trai trẻ độ tuổi hai mươi đang ở giữa khung cảnh rực rỡ của cây cối, hồ nước, núi non, tiếng chim hót líu lo xen lẫn những tiếng kêu ré lên của lũ trẻ bốn tuổi vậy mà anh ta đang dí mũi vào cuốn sách nhỏ màu đen về cái chết. Chỉ đến bây giờ, trong khoảnh khắc này, tôi mới cảm nhận được sự tương đồng: thay vào hồ Tahoe là sông Hudson; thay vào lũ trẻ con của những người xa lạ, là lũ trẻ con của bạn bè tôi; thay vào cuốn sách về cái chết ngăn tôi ra khỏi cuộc sống xung quanh là cơ thể tôi, đang chết dần.

Vào đêm thứ ba, tôi nói chuyện với Mike, chủ nhà, và bảo anh rằng tôi định rút ngắn chuyến đi sớm hơn dự định và về nhà ngay hôm sau.

"Cậu có vẻ tâm trạng," anh nói.

"Mọi thứ ổn cả chứ? Sao ta không làm một ly scotch và ngồi đây đi?" tôi hỏi.

Trước lò sưởi nhà anh, tôi nói, "Mike, mình nghĩ là mình bị ung thư. Cũng không phải loại lành tính."

Đó là lần đầu tiên tôi mở lời về nó.

"Được rồi," anh nói. "Tớ có thể coi đây không phải là một câu đùa tinh vi chứ?"

"Không hề."

Anh ngập ngừng. "Tớ không biết phải hỏi gì cậu nữa."

"À, trước tiên, phải nói rằng tớ không khẳng định sự thực rằng tớ bị ung thư. Chỉ là khá chắc thôi – rất nhiều triệu chứng đều chỉ theo hướng đó. Tớ sẽ về nhà ngày mai và giải quyết chuyện này. Hy vọng là tớ sai."

Mike đề nghị giữ hành lý của tôi và chuyển về bằng đường bưu điện, nhờ đó tôi sẽ không phải mang theo chúng. Anh chở tôi tới sân bay ngay sáng hôm sau, và sáu tiếng sau đó, tôi hạ cánh xuống San Francisco. Điện thoại reo ngay khi tôi bước xuống máy bay. Đó là vị bác sĩ gia đình gọi để nói về kết quả chụp X-quang vùng ngực. Phổi của tôi, lẽ ra trông phải rõ ràng, thì lại mờ mịt như thể là ống kính máy ảnh để mở quá lâu vậy. Cô ấy nói cô không chắc điều đấy có nghĩa là gì.

Cô rất có khả năng là biết điều đó nghĩa là gì.

Tôi biết.

Lucy đón tôi ở sân bay nhưng tôi đợi đến tận lúc về mới nhắc đến nó. Chúng tôi ngồi trên ghế sofa và khi tôi nói với nàng, nàng đã biết. Nàng dựa đầu vào vai tôi, khoảng cách giữa chúng tôi biến mất.

"Anh cần em." Tôi thì thào.

"Em sẽ không bao giờ rời xa anh," nàng nói.

Chúng tôi gọi cho một người bạn thân, một trong những bác sĩ phẫu thuật thần kinh ở bệnh viện và đề nghị anh cho nhập viện.

Tôi nhận được chiếc vòng tay nhựa mà mọi bệnh nhân đều đeo, mặc bộ đồ bệnh viện màu xanh dương nhạt quen thuộc, đi qua những vị y tá tôi biết và đăng ký nhập phòng – đúng căn phòng nơi tôi đã từng gặp hàng trăm bệnh nhân trong suốt những năm qua. Trong căn phòng này, tôi đã từng ngồi với bệnh nhân và giải thích cho họ kết quả chẩn đoán cuối cùng cũng như các phẫu thuật phức tạp; trong căn phòng này tôi chúc mừng bệnh nhân vì được chữa khỏi và chứng kiến niềm hạnh phúc của họ khi được trở về với cuộc sống; cũng trong căn phòng này, tôi tuyên bố những bệnh nhân tử vong. Tôi đã ngồi trên những chiếc ghế, rửa tay trong bồn, nguệch ngoạc các chỉ dẫn trên bảng thông báo, thay đổi lịch công tác. Trong những giây phút kiệt sức, mệt mỏi, tôi thậm chí đã khao khát được nằm trên chiếc giường này và ngủ. Mà giờ tôi nằm đây, hoàn toàn tỉnh táo.

Một y tá trẻ tôi chưa từng gặp ngó đầu vào.

"Bác sĩ sẽ tới ngay."

Vậy là cái tương lai mà tôi đã tưởng tượng, cái mà tôi sắp sửa đạt được, đỉnh cao nhất sau bao thập kỷ tranh đấu cho nó, đã hoàn toàn bay hơi.

PHẦN I

KHỞI ĐẦU TỪ MỘT SỨC KHỎE HOÀN HẢO

Tay Đức Chúa đặt lên người ta, ngài kéo ta ra bằng tinh thần của Chúa, và đặt ta giữa trũng lầy đầy xương cốt.

Ngài khiến ta đi vòng quanh chúng: và kìa, trên thung lũng mở cơ man nào là chúng; và lạ kìa, chúng đều đã khô.

Ngài nói với ta, hỡi Con người[1], những bộ cốt này có thể sống không?

— EZEKIEL 37:1–3, BẢN DỊCH CỦA HOÀNG ĐẾ JAMES[2]

---

1. Nguyên văn: *The Son of man.* Theo Kinh Thánh, Jesus đã cùng các môn đồ đi khắp xứ Galilea để giảng dạy và chữa bệnh, Jesus tự xưng mình là Con Người (the Son of man – tức Con của loài người), đồng thời trong Phúc âm Matthew Jesus được gọi là Con Thiên Chúa (the Son of God).

2. Bản dịch của Hoàng đế James Đệ Nhất (King James Version-KJV) in năm 1611 được cho là có ảnh hưởng sâu sắc đến văn hóa và ngôn ngữ Anh nhờ

Tôi biết chắc chắn rằng mình sẽ không bao giờ trở thành một bác sĩ. Tôi nằm duỗi dài thư giãn dưới ánh nắng trên cao nguyên hoang mạc phía trên nhà. Bác tôi, một bác sĩ, cũng như bao người họ hàng khác ướm hỏi về dự định nghề nghiệp khi tôi chuẩn bị bước vào cánh cửa đại học. Và câu hỏi chẳng mấy được để tâm. Nếu bị ép buộc, câu trả lời của tôi có lẽ sẽ là một nhà văn, nhưng thú thực, mọi suy nghĩ về nghề nghiệp tại thời điểm đó thực sự rất kỳ cục. Chỉ vài tuần nữa là tôi sẽ rời thị trấn Arizona và cảm thấy mình giống như một hạt electron bay vu vu, sắp sửa đạt được vận tốc thoát ly, lao tới một vũ trụ lấp lánh lạ kỳ, hơn là một ai đó đang chuẩn bị leo lên một nấc thang nghề nghiệp.

Tôi nằm đó trên đám bụi đất, trôi nổi giữa ánh dương và ký ức, cảm nhận kích cỡ co hẹp của thị trấn này, cách xa ký túc xá trường đại học mới của tôi tại Stanford và tất cả những gì nó hứa hẹn tới hai mươi lăm ngàn cây số.

---

cách dịch. Năm 1604, James Đệ Nhất quyết định đất Anh cần phải có một bản dịch Kinh Thánh mới. Ông tin rằng Kinh Thánh chứa đựng sự dẫn dắt và chân lý của Thiên Chúa nên ông muốn tất cả mọi người nói tiếng Anh đều được am tường về nó, kể cả tu sĩ cũng như dân thường. Ông lựa chọn 47 chuyên gia ngôn ngữ và Kinh Thánh, chia theo nhóm làm việc ở ba thành phố khác nhau và trong bảy năm ròng thì hoàn tất.

Tôi biết tới y học chỉ bằng sự thiếu vắng nó – cụ thể là sự thiếu vắng người cha đang trên đà sự nghiệp, người luôn đi làm trước bình minh và chỉ trở về với đĩa thức ăn hâm lại lúc trời đã tối. Khi tôi mười tuổi, cha đưa chúng tôi – ba cậu con trai mười bốn, mười và tám tuổi – từ một vùng ngoại ô đông đúc, giàu có phía Bắc Manhattan, Bronxville, New York tới Kingman, Arizona, một thung lũng hoang mạc kẹp giữa hai dãy núi, mà thế giới bên ngoài chủ yếu biết đến nó như một trạm xăng để nạp nhiên liệu trên đường di chuyển tới một nơi nào đó. Cha bị thu hút bởi ánh mặt trời và chi phí sinh hoạt nơi đây – nếu không thì làm sao mà ông có thể lo được cho các cậu con trai của mình vào những trường đại học mà ông mong muốn cơ chứ? – và cũng bởi cơ hội để lập một phòng khám tim mạch địa phương của riêng mình. Sự tận tụy bền bỉ của ông với bệnh nhân chẳng mấy chốc giúp ông trở thành thành viên được tôn trọng trong cộng đồng. Khi chúng tôi được gặp ông vào tối muộn hay cuối tuần, ông tựa như một hỗn hợp giữa những ngọt ngào và độc đoán khắt khe, giữa những ôm hôn và tuyên bố sắt đá: "Rất dễ để trở thành số một: chỉ việc kiếm một gã đang đứng số một rồi phấn đấu thắng gã một điểm." Ông đã đạt được sự dàn xếp ổn thỏa trong tâm trí rằng tình phụ tử có thể rất nhỏ giọt; những lần xuất hiện cường độ cao, ngắn và cô đọng (nhưng chân thành) cũng đủ bằng bất kỳ điều gì các ông bố vẫn hay làm. Về tất cả những gì tôi biết, nếu đó là cái giá của y học, thì đó là cái giá quá đắt.

Từ chốn cao nguyên hoang mạc của mình, tôi có thể thấy nhà của chúng tôi, phía xa giới hạn thành phố, dưới chân ngọn núi Cerbat, nằm giữa sa mạc đá đỏ, lốm đốm điểm những cây gỗ thông vàng Mesquite, cỏ lăn và những bụi xương rồng hình mái chèo. Ngoài đây, những con ác quỷ bụi đất có thể cuộn xoáy đột ngột trong không trung, làm nhòe đi tầm nhìn của bạn, và rồi biến mất. Không gian trải dài tít tắp, rồi trôi vào vô định. Hai chú chó của chúng tôi, Max và Nip, chưa bao giờ thấy mệt với cái sự tự do ấy. Mỗi ngày, chúng thám hiểm phía xa rồi lại mang về nhà vài kho báu mới mẻ từ sa mạc: chân một con hươu, miếng thịt thỏ dang dở để dành ăn sau, cái đầu ngựa đã bạc thếch vì nắng hay xương hàm của một con chó sói.

Tôi và các bạn của mình cũng yêu cái tự do này. Chiều chiều chúng tôi khám phá, đi dạo, bới xương và kiếm tìm những con lạch hiếm hoi trên sa mạc. Những năm trước đã từng ở một vùng ngoại ô rừng thưa ở miền Đông Bắc với con đường chính hai bên là hai hàng cây cùng một tiệm kẹo ngọt, tôi thấy vùng sa mạc hoang dã đầy nắng gió này thật xa lạ và quyến rũ. Trong hành trình đi bộ đầu tiên của mình năm mười tuổi, tôi phát hiện ra một nắp cống cũ. Tôi dò mở bằng ngón tay, nhấc nó lên và chỉ cách mặt tôi vài phân là ba mạng tơ trắng. Trong mỗi mạng, bò bò trên những cái chân như que tăm là một thân thể phổng to như củ hành, đen lấp lánh, trong cái vẻ huy hoàng của nó một dấu đồng hồ cát đỏ như máu trông khiếp vía. Gần mỗi con là một túi nhỏ nhợt nhạt, phập phồng đang chuẩn bị sinh ra vô số những con nhện góa phụ còn đen sẫm hơn thế. Sự ghê sợ khiến tôi buông nắp cống sập lại. Tôi trượt chân về phía sau. Nỗi kinh hãi đến trong sự trộn lẫn về "thực tế vùng quê" (*Không gì độc hơn vết cắn của một con nhện góa phụ đen*) và cái tư thế quái vật và màu đen bóng và hình đồng hồ cát đỏ trên bụng: tôi gặp ác mộng hàng năm trời sau đó.

Sa mạc đưa đến một "đền bách thần" của những nỗi khiếp đảm: nhện Tarantula, nhện sói, nhện lưng vĩ cầm, bọ cạp Bark, bọ cạp đuôi roi, rết, rắn chuông Diamondback, rắn chuông Sidewinder, rắn chuông Mojave. Sau cùng chúng tôi dần trở nên quen thuộc, thậm chí là cảm thấy thoải mái với những sinh vật này. Khi tôi cùng lũ bạn phát hiện ra một tổ nhện sói, lũ nghịch ngợm chúng tôi thả một con kiến bò phía rìa ngoài cái tổ, xem nó vật vã hết lần này tới lần khác tìm cách thoát thân, làm rung lên những sợi tơ nhện, rồi thả con kiến xuống tận giữa tổ nhện, tò mò chờ đợi khoảnh khắc chết chóc khi con nhện bật lên từ lỗ hõm để chộp lấy con mồi tội nghiệp bằng cái hàm trên của nó. "Thực tế vùng quê" trở thành cụm từ của riêng tôi để mô tả người anh họ nông thôn của 'truyền thuyết thành thị[1]'.

---

1. Nguyên văn: *Urban legend.* Urban legend còn có nhiều cách gọi khác là urban myth, urban tale, contemporary legend, urban folklore, đều chỉ

Khi tôi lần đầu tiên biết về chúng, "thực tế đồng quê" đem đến sức mạnh thần tiên cho các sinh vật hoang mạc, ví như thằn lằn quái vật Gila thực ra cũng chẳng kém phần tàn bạo so với mấy con quỷ Gorgon. Chỉ đến khi sống ở sa mạc một thời gian, chúng tôi mới hiểu ra một số thực tế vùng quê, như sự tồn tại của một con thỏ sừng nai jackalope, đã được tạo ra chỉ để đánh đố lũ người trong thành phố và tiêu khiển cho người dân địa phương. Tôi đã từng dành cả giờ thuyết phục một nhóm sinh viên trao đổi từ Berlin rằng có *một* loài chó sói riêng biệt sống bên trong những cây xương rồng và có thể nhảy tới cả chục mét để bắt con mồi (người Đức cũng cả tin ra phết). Dù vậy, chẳng ai biết được chính xác sự thực nằm ở đâu giữa những cột xoáy cát; và với mỗi mẩu thực tế vùng quê dường như phi lý luôn tồn tại một điều chắc chắn đáng tin. Ví như việc *luôn kiểm tra giày của bạn xem có bọ cạp hay không* dường như là một điều chí lý.

---

một hình thức văn hóa dân gian thời hiện đại. Cũng như truyện dân gian và thần thoại khác, truyền thuyết thành thị được lưu hành trong xã hội, qua thời gian được tam sao thất bản và chứa đựng trong mình những ý nghĩa thúc đẩy cộng đồng bảo tồn và truyền bá nó. Tuy gọi là "truyền thuyết thành thị" nhưng chúng không nhất thiết bắt nguồn từ thành thị, mà được gọi như vậy để phân biệt với những truyện kể dân gian truyền thống đã có từ trước thời công nghiệp hóa. Vì nguyên nhân này mà các nhà xã hội học và nhà nghiên cứu văn hóa dân gian thích dùng thuật ngữ "truyền thuyết hiện đại" hơn.

Khi mười sáu tuổi, tôi được giao lái xe đưa cậu em Jeevan đến trường. Một buổi sáng, như thường lệ tôi lại trễ giờ. Thằng nhóc Jeevan vừa chờ đợi trong phòng giải lao một cách thiếu kiên nhẫn vừa gào lên rằng nó không muốn bị phạt chỉ vì sự lề mề của tôi, làm ơn hãy nhanh lên chút. Tôi phi nhanh xuống cầu thang, bật mạnh cánh cửa trước… và gần như đã giẫm vào một con rắn đuôi chuông dài gần hai mét đang gà gật. Một truyền thuyết dân gian khác nữa là nếu bạn giết một rắn đuôi chuông trên bậc cửa nhà mình, tình nhân và con cái của nó sẽ kéo đến và làm tổ vĩnh viễn ở đó, giống như mẹ của Grendel[1] tìm cách báo thù vậy. Do đó Jeevan và tôi cùng rút thăm: người may mắn sẽ cầm cái xẻng, người còn lại đeo đôi găng tay làm vườn thật dày, cầm một vỏ gối, và sau một hồi nhảy vừa nghiêm trang vừa hoạt kê, chúng tôi đã xoay xở chụp được con rắn vào vỏ gối. Tiếp đó, như một vận động viên Olympic bộ môn ném búa, tôi ném mạnh cái bọc đó vào sa mạc định bụng sẽ ra lấy lại vỏ gối vào chiều tối hôm đó để không gặp rắc rối gì với mẹ.

Trong tất thảy những bí ẩn thời thơ ấu của tôi, điều thần bí nhất không phải là vì sao cha quyết định đưa cả gia đình tới thị trấn hoang mạc vùng Kingman, Arizona, nơi chúng tôi dần yêu mến, mà là làm thế nào cha đã thuyết phục được mẹ cùng đến đây. Với tình yêu, họ đã cùng nhau

---

1. Hai mẹ con quái vật trong trường ca thần thoại Bắc Âu. (DG)

chạy trốn khắp thế giới, từ phía Nam Ấn Độ đến thành phố New York (cha là người theo đạo Thiên chúa, mẹ theo đạo Ấn, hôn nhân của họ bị lên án từ cả hai phía và dẫn đến những năm tháng rạn nứt tình thân – bà ngoại chưa từng thừa nhận tên tôi, Paul, mà chỉ khăng khăng gọi tôi bằng tên đệm, Sudhir), và cho đến Arizona, nơi mẹ bị ép buộc phải đối mặt với nỗi khiếp hãi không sao chế ngự nổi về rắn. Cho dù là chú rắn tay đua đỏ vô hại nhất, dễ thương nhất và nhỏ nhất cũng có thể khiến bà la hét và lao vào nhà, nơi bà sẽ khóa mọi cánh cửa và tự trang bị cho mình thứ vũ trang to, sắc vớ được ở nơi gần nhất – cào, dao phay, hay rìu.

Rắn là nguồn cơn của nỗi lo sợ thường trực, nhưng tương lai của các con mới là thứ mẹ tôi sợ nhất. Trước khi chuyển nhà, anh trai Suman của tôi đã gần tốt nghiệp trường cấp ba ở Westchester, có triển vọng vào các trường đại học đỉnh nhất. Anh được nhận vào Stanford ngay khi đến Kingman và khăn gói khỏi nhà ngay sau đó. Nhưng chúng tôi được biết Kingman không phải là Westchester. Khi mẹ tôi nghiên cứu hệ thống trường công ở hạt Mohave, bà phát điên. Cục điều tra dân số Mỹ gần đây đã nhận định Kingman là quận giáo dục bết bát nhất cả nước. Tỉ lệ bỏ học cấp ba tới gần 30 phần trăm. Rất ít học sinh học lên đại học và hiển nhiên không ai vào được Harvard – tiêu chuẩn của cha về sự xuất sắc. Mẹ gọi điện tới bạn bè và họ hàng ở những vùng ngoại ô Bờ Đông giàu có để xin lời khuyên và thấy có người thì đồng cảm, vài người khác hoan hỉ vì con cái họ không còn phải cạnh tranh với con cái nhà Kalanithi bỗng dưng bị đói học nữa.

Đêm đến, bà bật khóc, thổn thức trên giường một mình. Mẹ tôi, người luôn lo sợ về một hệ thống trường học cùng kiệt có thể gây trở ngại đối với các con bà từ đâu đó lấy được về một "danh mục sách cần đọc tiền đại học." Được đào tạo ở Ấn Độ để trở thành một nhà sinh lý học, kết hôn ở tuổi hai mươi ba, và luôn bận rộn chăm sóc nuôi nấng ba đứa trẻ ở một vùng đất không thuộc về mình, bản thân bà chưa từng đọc nhiều cuốn trong danh sách đó. Nhưng bà quyết tâm không để cho các con mình thiếu sách. Bà bắt tôi đọc *1984* khi chỉ mới mười tuổi; và dù bị kinh hoàng bởi phần sex, nhưng nó đồng thời cũng dẫn truyền trong tôi một tình yêu sâu sắc và mối quan tâm đối với ngôn ngữ.

Những tên sách và tác giả tiếp nối vô tận khi chúng tôi tuần tự lần theo danh sách: *Bá tước Monte Cristo,* Edgar Allan Poe, *Robinson Crusoe, Ivanhoe,* Gogol, *Người Mohican cuối cùng,* Dickens, Twain, Austen, *Billy Budd*... Đến khi mười hai tuổi, tôi có thể tự chọn sách cho mình và anh trai Suman cũng gửi về những cuốn anh đã đọc ở đại học: *Quân vương, Đôn Kihôtê, Candide - Chàng ngây thơ, Le Morte D'Arthur, Beowulf,* Thoreau, Sartre, Camus. Vài cuốn để lại dấu ấn sâu sắc hơn so với những cuốn khác. *Thế giới mới dũng cảm* (Brave

New World) đặt nền móng cho triết lý đạo đức non trẻ của tôi và trở thành chủ đề cho bài luận văn đăng ký vào đại học, trong đó tôi đã lập luận hạnh phúc không phải là một mục đích trong đời. *Hamlet* đồng hành với tôi hàng nghìn lần trong suốt thời khủng hoảng tuổi dậy thì. *Gửi người yêu bẽn lẽn* (To His Coy Mistress) và những bài thơ lãng mạn khác dẫn dắt tôi cùng lũ bạn đi qua vô số những phiêu lưu xui xẻo thú vị thời cấp ba – ví như những lần trốn ra ngoài ban đêm cùng hát vang bài *Bánh Mỹ* (American Pie) dưới cửa sổ nhà cô nàng đội trưởng đội cổ vũ. Sau khi tôi bị bắt quả tang mò về nhà vào lúc rạng sáng, người mẹ hay lo của tôi đã thẩm vấn kỹ lưỡng từng loại ma túy tuổi teen hay dùng mà chẳng thể ngờ thứ gây nghiện nhất mà tôi đã từng được trải nghiệm lại chính là tập thơ tình mà bà đưa tôi tuần trước đó. Sách trở thành bạn tâm giao gần gũi nhất, thành những lăng kính được mài giũa tỉ mỉ đưa đến cho tôi những cái nhìn mới mẻ về thế giới.

Mong mỏi cho các con được giáo dục tử tế, mẹ tôi lái xe hàng trăm cây số về phía bắc, đưa chúng tôi tới thành phố lớn gần nhất Las Vegas để chúng tôi có thể tham dự các kỳ thi PSATs, SATs, và ACTs. Bà tham dự vào hội đồng trường học, tập hợp các giáo viên và yêu cầu các lớp Xếp hạng Nâng cao[1] phải được đưa vào thời khóa biểu. Bà trở

---

1. Nguyên văn: *Advanced Placement class* (AP). (DG)

thành một người phi thường: coi việc cải cách hệ thống trường học ở Kingman là nghĩa vụ bản thân và bà thực sự làm được điều đó. Đột nhiên có một thứ cảm giác xuất hiện ở trường cấp ba của chúng tôi rằng hai dãy núi bao quanh thị trấn không còn là phạm vi vạch định thị trấn nữa mà phạm vi này là những gì nằm phía ngoài chúng.

Năm học cuối, Leo – một người bạn thân thiết, cậu học sinh á khoa và nghèo nhất tôi từng biết, đã được thầy cố vấn trong trường khuyên rằng: "Cậu rất thông minh – cậu nên nhập ngũ."

Leo sau đó đã nói với tôi: "Mẹ kiếp," cậu nói. "Nếu *cậu* vào Harvard, hay Yale, hay Stanford, thì tớ cũng thế."

Tôi không biết mình đã hạnh phúc hơn là khi mình vào được Stanford hay khi Leo vào Yale.

Mùa hè trôi qua, và vì Stanford thường bắt đầu vào học muộn hơn các trường khác một tháng, tất cả những người bạn của tôi dần phân tán mỗi đứa một nơi bỏ lại tôi đơn độc. Hầu hết các buổi chiều, tôi đi dạo trên hoang mạc một mình, chợp mắt và suy nghĩ cho tới khi bạn gái tôi Abigail kết thúc ca làm việc ở tiệm cà phê duy nhất của Kingman. Ở hoang mạc có một con đường tắt xuyên qua núi để đi xuống thị trấn và đi bộ thì luôn thú vị hơn nhiều so với đi xe. Abigail là cô gái tuổi đôi mươi, một sinh viên trường Scripps, người vẫn luôn muốn tránh các khoản vay học phí bằng cách xin nghỉ học một kỳ để dành dụm học phí. Tôi bị thu hút bởi tính thực tế của nàng, cái cảm giác rằng nàng biết mọi bí mật mà người ta chỉ có thể thấy được ở trường học – nàng học Tâm lý học! – và chúng tôi thường gặp nhau khi Abigail tan giờ làm. Nàng là tiếng báo hiệu của những gì *bí ẩn*, của một thế giới mới đang chờ đợi tôi chỉ trong vài tuần sau đó. Một buổi trưa, tôi thức giấc, nhìn lên trên và thấy một đám kền kền lượn vòng quanh nhầm tưởng tôi là xác thối. Tôi xem đồng hồ, đã gần ba giờ. Tôi sắp sửa trễ giờ. Nhanh chóng phủi bụi và chạy bộ xuyên qua hoang mạc cho đến khi đất cát nhường chỗ cho vỉa hè và những tòa nhà đầu tiên hiện ra, tôi đi vòng quanh góc phố để tìm Abigail. Tôi thấy nàng đang cầm chổi trên tay quét dọn sàn tiệm cà phê.

"Em đã lau máy espresso rồi," nàng nói, "sẽ không có latte đá cho anh hôm nay đâu."

Sàn được quét sạch, chúng tôi vào trong. Abigail bước tới máy thu tiền và nhặt lên một cuốn sách nàng giấu ở đó. "Đây," nàng nói, ném nó về phía tôi, "Anh nên đọc cái này. Anh toàn đọc mấy cái văn hóa cao cấp – sao không thử cái gì đó dễ dễ một lần đi?"

Đó là một cuốn tiểu thuyết năm trăm trang có tên *Sa-tăng: Tâm Lý Trị Liệu và Cách Chữa Trị của Bác sĩ Kém May Mắn Kassler, J.S.P.S* của tác giả Jeremy Leven. Tôi mang nó về và đọc xong trong một ngày. Đó không phải là văn hóa cao cấp. Lẽ ra nó phải hài hước, nhưng lại không như vậy. Tuy nhiên, cuốn sách đã khẳng định một giả thiết bâng quơ rằng tâm trí chỉ là một thao tác của não bộ, đây là một ý tưởng gây một ấn tượng mạnh trong tôi. Nó làm chấn động hiểu biết ngây thơ của tôi về thế giới. Đương nhiên, điều đó hẳn phải đúng – bộ não chẳng làm chức năng đó thì còn chức năng nào khác? Dù chúng ta tự do ý chí, nhưng chúng ta cũng là những cơ thể sinh học – bộ não là một bộ phận cơ thể, cũng phải tuân theo tất cả quy luật vật lý! Văn học đã mang tới một câu chuyện phong phú về ý nghĩa của con người; bộ não như vậy phải là thứ cho phép điều đó. Giống như ma thuật vậy. Đêm đó trong phòng, tôi mở cuốn danh mục đỏ về các khóa học ở Stanford mà tôi đã đọc hàng chục lần và chộp lấy cây bút đánh dấu dòng. Bổ sung vào những lớp Văn học mà tôi đã chọn, tôi bắt đầu tìm kiếm các lớp Sinh học và Khoa học thần kinh.

Vài năm sau, tôi vẫn chưa thông suốt hơn về chuyện chọn nghề dù đã gần hoàn thành tấm bằng Văn học Anh và Sinh học người. Động cơ thôi thúc tôi nhiều hơn không phải là những thành tựu mà là muốn tìm hiểu: Điều gì khiến cuộc đời con người có ý nghĩa? Tôi vẫn thấy văn học là công cụ biểu đạt tốt nhất về đời sống của một tâm hồn, còn khoa học thần kinh lại đặt ra những quy luật tinh tế về não bộ. Ý nghĩa, dù chỉ là một khái niệm mơ hồ, lại có về không thể thoát khỏi các mối quan hệ con người và giá trị đạo đức. *Đất Hoang* của T. S. Eliot vang vọng mãnh liệt, liên kết sự vô nghĩa với cô lập và nỗi khao khát cùng cực về sự kết nối con người. Tôi nhận thấy những ẩn dụ của Eliot ngấm dần vào ngôn ngữ của chính tôi. Những tác giả khác cũng có ảnh hưởng với tôi. Nabokov, với nhận thức của ông về sự thống khổ của bản thân khiến chúng ta chai lì với nỗi đau hiển hiện của người khác. Conrad, với cảm nhận minh triết về việc thất bại trong giao tiếp giữa người và người có thể ảnh hưởng to lớn đến cuộc sống của họ ra sao. Văn học không chỉ chiếu rọi trải nghiệm của một ai đó, mà tôi tin rằng nó còn cung cấp nguồn nguyên liệu phong phú nhất cho những ngẫm suy về đạo đức. Sự đột nhập ngắn ngủi của tôi vào thứ đạo đức hình thức của triết học phân tích có cảm giác khô khan như gạch ngói, thiếu vắng sự rối rắm và sức nặng của cuộc đời con người thực.

Trong suốt quãng thời gian đại học, việc tu học tri thức về ý nghĩa con người thường mâu thuẫn với sự thôi thúc được tôi rèn và thắt chặt các mối quan hệ con người vốn tạo ra ý nghĩa đó. Nếu một cuộc đời không-được-xem-xét là không đáng sống, vậy cuộc đời không-sống có đáng xem xét hay không? Bước vào mùa hè năm thứ hai, tôi nộp đơn cho hai công việc: một là thực tập ở Trung tâm Nghiên cứu Linh trưởng Yerkes, và hai là đầu bếp dự bị ở trại hè Sierra, một địa điểm nghỉ lễ gia đình cho các cựu sinh viên của Stanford nằm trên hai bên bờ nguyên sơ của hồ Fallen Leaf, tiếp giáp với vẻ đẹp hoang vu của Khu bảo tồn Desolation Wildeness trong Rừng Quốc gia Eldorado. Tờ in của trại hè hứa hẹn một mùa hè đẹp nhất trong cuộc đời bạn. Tôi khá ngạc nhiên và lấy làm hãnh diện vì mình được chọn. Dù vậy, tôi mới được biết rằng khỉ Macaque có một dạng văn hóa sơ khai và tôi rất háo hức đến Yerkes để xem điều gì có thể là cội nguồn tự nhiên của bản thân Ý nghĩa. Nói theo một cách khác, tôi chỉ có thể nghiên cứu về Ý nghĩa, hay là trải nghiệm nó.

Sau khi trì hoãn hết mức có thể, tôi cuối cùng đã chọn trại hè. Kế đó, tôi rẽ vào văn phòng giáo sư cố vấn sinh học để thông báo tin này. Khi tôi bước vào, ông đang ngồi bên bàn làm việc, chăm chú đọc tạp chí khoa học như thường lệ. Ông là mẫu người lặng lẽ kiệm lời, thân tình với đôi mắt nặng mí, vậy nhưng khi tôi nói về kế hoạch của mình, ông dường như biến thành một người hoàn toàn khác: đôi mắt trừng to, khuôn mặt ửng đỏ, vài tia nước bọt văng ra:

"*Cái gì?*" ông nói. "Khi trưởng thành, cậu định làm một nhà khoa học hay là một... đầu bếp?"

Cuối cùng học kỳ cũng đã kết thúc và tôi ở trên con đường núi đầy gió để tới trại hè, vẫn còn một chút lo lắng rằng có lẽ tôi đã phạm sai lầm lớn. Dù vậy, nỗi nghi ngờ của tôi rất ngắn hạn. Trại hè quả đã đưa đến những gì nó hứa hẹn, tập trung vào những khúc đồng quê của tuổi trẻ: vẻ đẹp hiển hiện trên những cái hồ, ngọn núi, con người; đậm đà trong trải nghiệm, đối thoại và tình bạn. Những đêm trăng tròn, ánh sáng ngập tràn vùng hoang dã khiến ta có thể cuốc bộ mà không cần tới đèn đeo trên trán. Chúng tôi có thể ra đến đường mòn vào lúc 2 giờ sáng, chinh phục đỉnh gần nhất Mount Tallac ngay trước khi mặt trời mọc. Đêm sao trong trẻo phản xạ xuống những hồ nước phẳng lặng trải dài bên dưới chúng tôi. Cùng nhau rúc trong các túi ngủ trên đỉnh núi cao gần 3000 mét, chúng tôi chiến thắng những cơn gió lạnh lẽo bằng cốc cà phê mà ai đó đã cẩn thận mang theo. Và sau đó, chúng tôi cùng ngồi ngắm những tia nắng đầu tiên hiện ra, một nét sáng nhẹ của màu xanh ngày mới he hé từ chân trời phía tây, dần xóa đi những ngôi sao trên trời. Bầu trời buổi sáng rồi sẽ mở rộng và cao vọi, cho tới khi những tia nắng mặt trời đầu tiên xuất hiện. Người đi làm buổi sớm dần khuấy động những con đường South Lake Tahoe phía xa. Nhưng hãy rướn cổ ra phía sau, bạn sẽ thấy màu xanh ban mai tối sẫm lại giữa bầu trời, và về phía Tây, bóng đêm hãy còn chưa bị khuất phục – một màu đen hắc ín, những ngôi sao le lói chập chờn, trăng tròn vẫn đính trên bầu trời cao. Về phía đông, ánh sáng hoàn hảo của ban ngày chiếu rọi bạn; về phía tây, màn đêm ngự trị và chưa có dấu hiệu chịu thua. Không nhà triết học nào có thể giải thích cái siêu phàm tuyệt hơn khi đứng giữa ngày và đêm. Đây như thể chính là khoảnh khắc mà Chúa đã nói: "Hãy gieo ánh sáng!" Bạn không thể nào ngừng cảm thấy sự tồn tại mong manh như hạt bụi của chính mình trước những bao la rộng lớn của núi non, của trái đất, của vũ trụ nhưng vẫn cảm giác được đôi chân bằng xương bằng thịt xác nhận sự tồn tại của chính mình giữa những uy nghiêm.

Đó là một mùa hạ ở trại hè Sierra, có lẽ cũng không khác gì so với những trại hè khác, nhưng mỗi ngày đều tràn trề sức sống và những mối quan hệ đem đến ý nghĩa cho cuộc đời. Những đêm khác, nhóm chúng tôi ngồi trên sàn phòng ăn, nhấm nháp chút rượu whisky với phó giám đốc của trại hè, Mo, một cựu sinh viên Stanford đang nghỉ hè giữa chương trình tiến sĩ ngôn ngữ Anh, cùng bàn luận về văn học và những vấn để hệ trọng của quãng đời sau tuổi thanh niên. Năm sau đó, anh ta quay lại làm tiếp tiến sĩ, rồi thời gian sau, gửi cho tôi truyện ngắn đầu tay được xuất bản có kể sơ quãng thời gian chúng tôi ở cùng nhau:

> Đột nhiên, tôi biết tôi muốn gì. Tôi muốn những người phụ trách dựng lên một giàn thiêu... và thả tro cốt của tôi lẫn với cát bụi. Đánh rơi xương tôi giữa đám củi rẻ và răng tôi giữa đám bụi cát... Tôi không tin vào sự thông thái của con trẻ, cũng như sự thông thái của tuổi già. Có một khoảnh khắc, một điểm lùi, khi tổng hợp của tất cả trải nghiệm thu gom lại đều héo mòn đi bởi những vụn vặt đời thường. Chúng ta không bao giờ thông thái được như khi chúng ta sống trong chính khoảnh khắc này.

Quay trở lại trường học, tôi không thấy nhớ lũ khỉ chút nào. Cuộc sống trở nên phong phú và trọn vẹn. Trong suốt hai năm kế tiếp, tôi duy trì nó, tìm kiếm sự thấu hiểu sâu sắc hơn về cuộc sống của tâm trí. Tôi học văn học và triết học để hiểu được điều gì khiến cuộc sống có ý nghĩa, học khoa học thần kinh và làm việc tại phòng thí nghiệm fMRI[1] để hiểu được làm thế nào mà não bộ có thể tạo ra một cơ thể sống có khả năng tìm kiếm ý nghĩa trên thế giới này, và đồng thời làm phong phú hơn mối quan hệ của bản thân với những người bạn thân thiết qua nhiều cuộc phiêu lưu phóng túng. Chúng tôi đột kích nhà ăn trong trang phục người Mông Cổ; tạo ra một hội nhóm giả, kết thúc bằng những sự kiện nhập môn giả trong căn hộ ở chung; làm dáng chụp ảnh trong bộ đồ con khỉ đột trước cổng điện Buckingham; đột nhập Nhà thờ Tưởng niệm vào giữa đêm chỉ để nằm xuống và lắng nghe âm vọng của tiếng mình trong giáo đường... (Sau đó tôi phát hiện ra Virginia Woolf có lần lên con tàu chiến trong trang phục của hoàng thân xứ Abyssinia, và đã bị trừng trị một cách thích đáng, chúng tôi ngừng huênh hoang về mấy trò ranh mãnh của mình.)

Vào năm cuối đại học, trong một trong những buổi học cuối cùng về Khoa học thần kinh và Đạo đức, chúng tôi

---

1. Xác định chức năng bằng chụp cộng hưởng từ.

đã đến thăm viện chăm sóc những người bị tổn thương não bộ nặng nề. Bước vào đại sảnh tiếp tân, chào đón chúng tôi là những tiếng rên rĩ thê lương. Người hướng dẫn chúng tôi, một phụ nữ thân thiện trạc ba mươi tuổi đang tự giới thiệu với nhóm, nhưng ánh mắt tôi vẫn không ngừng tìm kiếm nguồn cơn của tiếng động đó. Phía sau bàn tiếp tân là một chiếc tivi lớn đang chiếu chương trình truyền hình dài tập được đặt chế độ tắt tiếng. Trên màn hình tràn ngập hình ảnh một người phụ nữ da ngăm đen có mái tóc chải chuốt, đầu rung nhẹ vì xúc động, choán cả màn hình khi cô van nài ai đó đằng sau ống kính. Zoom về xa hơn chút, và hẳn là anh người tình hàm vuông, giọng thô ráp của cô, họ ôm nhau thắm thiết. Tiếng rên rĩ vút cao. Tôi bước gần hơn để nhòm vào quầy tiếp tân, và ở đó, trên tấm thảm màu lam ngay trước màn hình tivi là một phụ nữ trẻ trong bộ váy hoa đơn giản, có lẽ chừng hai mươi. Đôi bàn tay nắm chặt ấn mạnh vào mắt, lắc mạnh từ trước ra sau, rên rĩ và rên rĩ. Khi cô lắc lư, tôi thoáng thấy phía sau đầu ở khoảnh tóc rụng là một mảng da lớn lợt lạt.

Tôi lùi lại hòa vào nhóm bạn đang chuẩn bị đi dạo quanh viện. Nói chuyện với người hướng dẫn, tôi được biết rằng rất nhiều người trú tại đây đã suýt chết đuối khi còn nhỏ. Nhìn xung quanh, tôi không nhận thấy có vị khách ghé thăm nào ngoài chúng tôi. Điều này có phổ biến không? Tôi hỏi.

Người hướng dẫn cho biết ban đầu người nhà sẽ tới thăm thường xuyên, hằng ngày hoặc thậm chí hai lần một ngày. Sau đó có lẽ là hai ngày một lần. Rồi chỉ vào cuối tuần. Sau vài tháng hoặc vài năm, những cuộc thăm viếng dần biến mất cho đến khi chỉ còn rút lại vào các dịp sinh nhật và Giáng sinh. Cuối cùng, đa số gia đình đều chuyển nhà đi, càng xa càng tốt.

"Tôi không trách họ," cô nói. "Rất khó để có thể quan tâm đến lũ trẻ."

Cơn thịnh nộ nổi sóng trong tôi. *Khó?* Đương nhiên là khó khăn, nhưng làm sao mà cha mẹ có thể bỏ rơi những đứa trẻ này? Trong một căn phòng, bệnh nhân nằm trong cũi gần như bất động, thành những hàng thẳng tắp hệt như quân lính trong trại. Tôi bước xuống một hàng cho tới khi mắt chạm mắt với ai đó. Cô bé đương tuổi mới lớn với mái tóc rối đen. Tôi dừng lại và cố mỉm cười với cô bé thể hiện sự quan tâm. Tôi nắm một tay cô bé; mềm rũ. Nhưng cô phát ra âm thanh khùng khục, nhìn thẳng vào tôi, và mỉm cười.

"Tôi nghĩ cô bé đang cười," tôi nói với người chăm sóc.

"Có thể," bà nói. "Nhưng đôi khi rất khó nói."

Tôi chắc chắn là vậy. Cô bé đã mỉm cười. Khi chúng tôi quay trở lại trường, tôi là người cuối cùng rời phòng cùng với giáo sư. "Cậu thấy sao?" ông hỏi.

Tôi bộc lộ thẳng thắn rằng mình không thể tin được việc cha mẹ lại có thể bỏ rơi những đứa trẻ đáng thương này và chuyện một đứa trẻ trong số đó thậm chí đã cười với tôi.

Giáo sư là một người thầy thông thái, một người có suy nghĩ sâu sắc về điểm giao nhau giữa khoa học và đạo đức. Tôi hy vọng ông đồng ý với mình.

"Đúng," ông nói. "Tốt. Nhưng đôi khi, cậu biết đấy, tôi nghĩ giá kể họ chết đi sẽ tốt hơn."

Tôi chộp lấy túi xách và bỏ đi.

Chẳng phải cô bé đã cười hay sao?

Chỉ đến sau này tôi mới nhận ra chuyến đi đó đã bổ sung một phương chiều mới cho hiểu biết của tôi về thực tế rằng não bộ đưa đến cho chúng ta khả năng tạo dựng các mối quan hệ và khiến cuộc sống có ý nghĩa. Đôi khi, chúng cũng phá vỡ nó.

*

Khi lễ tốt nghiệp dần đến, tôi có một cảm giác rẫy rà rằng vẫn còn quá nhiều thứ chưa thể giải quyết được, rằng tôi vẫn chưa học xong. Tôi đăng ký học chương trình Thạc sĩ Văn học Anh ở Stanford và được nhận. Tôi đã dần coi ngôn ngữ như một năng lực gần như siêu nhiên tồn tại giữa người với người, mang bộ não được bọc kín trong vỏ sọ dày cả centimet của chúng ta đi tới chỗ giao tiếp được. Một từ ngữ nào đó chỉ có nghĩa giữa con người với nhau, và ý nghĩa của cuộc sống, đức hạnh của nó, luôn là gì đó liên quan đến chiều sâu của các mối quan hệ chúng ta kết thành. Chính khía cạnh quan hệ của con người – nghĩa là "tính chất quan hệ giữa người với người" – đã củng cố cho Ý nghĩa. Nhưng đôi khi, quá trình này tồn tại trong não bộ và cơ thể, làm theo các mệnh lệnh sinh lý của riêng chúng, dễ suy kiệt và thất bại. Tôi nghĩ, hẳn ngôn ngữ của cuộc sống như đã trải nghiệm – về đam mê, về ham muốn, về tình yêu – có liên quan nào đó, dù bện xoắn cỡ nào – với ngôn ngữ của nơron thần kinh, đường tiêu hóa và nhịp đập tim.

Tại Stanford, tôi rất may mắn được học cùng Richard Rorty, người mà có khi là nhà triết học vĩ đại nhất thời ông. Dưới sự chỉ bảo của thầy, tôi bắt đầu coi tất cả các bộ môn giống như việc sáng tạo ra vốn từ vựng, một tập hợp những công cụ nhằm tìm hiểu cuộc sống con người theo một cách riêng nào đó. Những tác phẩm văn học vĩ đại mang đến tập hợp công cụ của riêng chúng, thúc ép người đọc phải sử dụng vốn từ đó. Để làm đồ án tốt nghiệp, tôi nghiên cứu tác phẩm của Walt Whitman – nhà thơ mà một thế kỷ trước đau đáu với cùng những câu hỏi hiện đang ám ảnh tôi, người đã muốn tìm ra cách để hiểu và mô tả cái ông gọi là "Con người Sinh lý-Tinh thần."

Sau khi hoàn thành đồ án, tôi chỉ có thể kết luận rằng Whitman không hề may mắn hơn tất cả chúng ta trong việc xây dựng một vốn từ "sinh lý-tinh thần" mạch lạc, nhưng ít nhất cái cách mà ông thất bại thật rạng rỡ. Tôi cũng ngày càng chắc chắn rằng mình còn rất ít hứng thú để tiếp tục nghiên cứu văn học nơi tôi bắt đầu có ấn tượng rằng những trọng tâm của nó có quá nhiều tính chính trị và thường chống đối khoa học. Một trong những thầy hướng dẫn luận văn đã nhận xét rằng để tìm được một cộng đồng cho riêng tôi trong giới văn học có thể sẽ rất khó khăn, bởi vì đa số tiến sĩ Anh ngữ đều phản ứng với khoa học, theo cách mà ông nói thì, "như khỉ thấy lửa vậy, hoàn toàn sợ hãi." Tôi không chắc cuộc đời mình sẽ đi đến đâu. Luận văn của tôi – "Whitman và sự Y khoa hóa Tính cách" – được ủng hộ nhiệt thành, nhưng nó không chính thống vì trong nội dung của nó, hàm lượng lịch sử tâm thần học và khoa học thần kinh cũng ngang bằng với hàm lượng phê bình văn học. Nó không phù hợp lắm với khoa Anh ngữ. *Tôi* không phù hợp lắm với khoa Anh ngữ.

Vài người bạn đại học thân nhất của tôi đã chuyển đến New York để theo đuổi cuộc đời nghệ thuật – một số tham gia hài kịch, số khác theo báo chí và truyền hình – và tôi thoáng tính tới việc tham gia cùng họ, bắt đầu lại từ đầu. Nhưng tôi vẫn không thể buông mình ra khỏi câu hỏi: Sinh học, đạo đức, văn học và triết học giao nhau ở đâu? Trở về nhà sau một trận bóng bầu dục chiều nọ, gió thu nhè nhẹ thổi, tôi để mặc cho trí óc lang thang. Tiếng Augustine trong vườn ra lệnh, "Lấy sách và đọc đi," nhưng thứ mệnh lệnh rơi vào tai tôi thì ngược lại: "Dẹp đống sách đó và học y đi." Đột nhiên, mọi thứ trở nên rõ ràng. Dù rằng – mà có lẽ là chính bởi vì – cha tôi, bác tôi và anh trai đều là bác sĩ, cho nên đối với tôi, y học chưa từng được coi như sự lựa chọn nghiêm túc. Nhưng chẳng phải chính Whitman đã từng viết rằng chỉ có những bác sĩ mới thực sự hiểu được "Con người Sinh lý-Tinh thần" đó sao?

Ngày kế tiếp, tôi tới tham khảo ý kiến một thầy hướng dẫn ngành y với mục đích xem xét khả năng này. Để sẵn sàng cho trường Y cần tới một năm học lý thuyết với cường độ cao, cộng thêm thời gian đăng ký xin học sẽ mất thêm mười tám tháng nữa. Điều đó có nghĩa là để mặc bạn bè tôi tới New York thắt chặt thêm những mối quan hệ mà không có tôi. Điều đó cũng có nghĩa là dẹp Văn học sang một bên. Nhưng nó mang tới cho tôi một cơ hội để tìm thấy câu trả lời không có trong sách vở, để tìm được một hình thức cao siêu khác, để rèn giũa mối quan hệ với những người thống khổ, và để tiếp tục theo đuổi câu hỏi về điều gì khiến cuộc đời có ý nghĩa, thậm chí ngay cả khi đối mặt với cái chết và ruỗng mục.

Tôi bắt đầu lặn lội qua những khóa học cần thiết để chuẩn bị cho trường Y, thu thập các tài liệu hóa học và vật lý. Không muốn làm công việc bán thời gian – vì nó làm chậm tiến độ học hành của tôi – mà lại cũng không có đủ tiền để thuê nhà ở Palo Alto, tôi tìm thấy một ô cửa sổ không khóa ở một ký túc không người và trèo vào. Sau vài tuần chiếm dụng, tôi bị người quản lý bắt quả tang, mà người này hóa ra lại là một người bạn của tôi. Cô cho tôi chìa khóa vào phòng kèm theo mấy lời cảnh báo hữu ích, ví như khi nào trại hè của đội cổ vũ nữ của một trường cấp ba sẽ tới. Nghĩ rằng tốt hơn là nên tránh việc bị coi là kẻ lạm dụng tình dục (căn cứ theo đăng ký tạm trú), tôi gói ghém một chiếc lều, vài quyển sách và hộp ngũ cốc, đi thẳng tới Tohoe cho tới thời điểm an toàn để quay lại.

Bởi vì quy trình tuyển sinh vào trường Y mất khoảng mười tám tháng, cho nên khi kết thúc mọi chương trình học, tôi có một năm tự do. Vài giáo sư gợi ý tôi học lấy bằng lịch sử và triết học khoa học y học trước khi quyết định rời hẳn khỏi môi trường hàn lâm. Do vậy tôi nộp hồ sơ vào chương trình Lịch sử và Triết học Khoa học của Cambridge và được nhận. Cả năm kế tiếp tôi tham gia các lớp học vùng ngoại ô nước Anh, và ở đó, tôi thấy mình không ngừng tranh luận rằng những trải nghiệm trực tiếp đối với các câu hỏi về cuộc-đời-và-cái-chết là rất cần thiết để đưa ra được những ý kiến đạo đức có giá trị về chúng. Lời nói bắt đầu có cảm giác vô trọng lượng giống như hơi thở đang mang chúng. Lùi lại vài bước, tôi nhận ra rằng mình mới chỉ đang khẳng định lại những gì vốn đã biết: tôi muốn có được trải nghiệm trực tiếp đó. Chỉ làm việc trong ngành Y tôi mới có thể theo đuổi triết sinh học một cách nghiêm túc. Những suy xét đạo đức mới thật bé nhỏ làm sao khi so với các hành động đạo đức. Tôi kết thúc văn bằng và tiến thẳng về Mỹ. Tôi đến Yale để học Y khoa.

Bạn có thể cho rằng lần đầu tiên mổ xẻ một người chết, ta sẽ có cảm giác hơi kỳ cục. Vậy mà thật lạ, mọi thứ đều bình thường. Đèn sáng rọi, bàn thép không rỉ, và những vị giáo sư cổ đeo nơ bướm tạo bầu không khí trịnh trọng trang nghiêm. Dù vậy, thật không thể quên được vết cắt đầu tiên từ sau gáy xuống thắt lưng đó. Con dao mổ sắc tới mức như thể đang phanh một lớp da người ra thay vì cắt, để lộ ra những cái gân bị giấu kín và bất khả xâm phạm bên dưới. Và bất kể đã chuẩn bị thế nào, bạn sẽ bị bất ngờ, xen lẫn nỗi xấu hổ và sự hứng chí. Mổ xác là một nghi thức chuyển tiếp của sinh viên y khoa và xâm lấn vào cái linh thiêng bất khả xâm phạm, đem lại vô số cảm xúc: từ sự kinh tởm, hồ hởi, buồn nôn, thất vọng và kinh hãi cho đến khi chỉ đơn thuần là sự tẻ nhạt của những bài thực hành kiến thức. Mọi thứ đều giới hạn trong cái thống thiết bi ai và cái tầm thường: tại đây, bạn xâm phạm vào những cái cấm kị cơ bản nhất của xã hội, và cho dù vậy, formaldehyde[1] vẫn là một chất kích thích vị giác mạnh mẽ, thế là bạn còn thèm cả một chiếc burrito[2] nữa. Sau cùng, khi đã hoàn thành

_____

1. Một chất dẫn xuất từ aldehyde của formic axit để khử trùng.

2. Một dạng bánh bột ngô, bánh truyền thống của Mexico.

nhiệm vụ giải phẫu dây thần kinh giữa, cưa khung chậu làm đôi và cắt mở trái tim, sự tầm thường bước đến thay thế: sự xâm phạm vào cái linh thiêng giờ mang theo đặc tính của một lớp học thông thường ở đại học, đầy rẫy những kẻ mô phạm, những cây hề trong lớp và tất thảy. Với nhiều người, giải phẫu tử thi điển hình cho sự biến hóa từ một học sinh ủ dột đáng mến trở thành một vị bác sĩ kiêu ngạo chai lì.

Sứ mệnh đạo đức lớn lao trong y học khiến những ngày đầu của tôi ở trường Y mang một áp lực nặng nề. Ngày đầu tiên, trước khi chúng tôi đến với những cái xác là buổi tập huấn hồi sức tim phổi CPR, đây là lần thứ hai tôi làm việc này. Lần đầu tiên là khi còn ở trường đại học cũ. Lần ấy thật là nực cười, thiếu nghiêm túc và mọi người đều cười lớn: những video đóng rối vụng về, những con ma-nơ-canh bằng nhựa không chân tay trông giả không thể giả hơn. Nhưng giờ đây, cái khả năng ngầm rằng một ngày nào đó chúng tôi sẽ phải sử dụng tất cả những kỹ năng này đã thổi đầy sinh khí cho mọi thứ. Khi tôi liên tục đập mạnh bàn tay vào ngực của một đứa trẻ bé xíu bằng nhựa, giữa những câu bông đùa của bạn bè, tôi không thể không nghe thấy tiếng xương ngực đang rạn vỡ thực sự.

Các tử thi đảo ngược cực tính. Những con ma-nơ-canh giả vờ là thật; những thi thể thực lại bị coi là giả. Nhưng những ngày đầu tiên ấy, thật khó để làm được điều đó. Khi tôi đối mặt với cái xác hơi xanh và phù, trạng thái chết hoàn toàn và nhân tính trọn vẹn của người đàn ông này là những thứ không thể chối bỏ. Ý nghĩ rằng trong suốt bốn tháng tới tôi sẽ cắt đôi chiếc đầu của người đàn ông này bằng một chiếc cưa kim loại dường như không thể chấp nhận nổi.

Dẫu sao thì cũng còn các giáo sư bộ môn giải phẫu. Lời khuyên của họ là hãy nhìn thật kỹ một lần khuôn mặt cái xác và sau đó phủ kín lại; điều đó khiến cho công việc dễ dàng hơn. Hít một hơi sâu và trông đầy thành khẩn, ngay khi chúng tôi chuẩn bị mở tấm bọc cái đầu của tử thi, một bác sĩ mổ rẽ qua tán dóc đôi câu, nghiêng người tới và tì khuỷu tay trên mặt cái xác. Chỉ ra vô số những dấu vết và sẹo trên tấm thân trần truồng, ông dựng lại tiền sử bệnh của bệnh nhân. Vết sẹo này là từ ca mổ thoát vị bẹn, vết này là cắt bỏ nội mạc động mạch cảnh; những vết ở đây cho thấy sự cào gãi, có lẽ là vàng da, bilirubin cao; anh này có lẽ đã chết vì bệnh ung thư tụy dù rằng không có vết mổ nào chứng tỏ điều đó – cái chết đến quá nhanh. Trong khi đó, tôi không thể không nhìn chằm chằm vào khuỷu tay đang xê dịch, vừa lăn qua lăn lại trên chiếc đầu phủ kín vừa giảng giải lý thuyết và thuật ngữ y học. Tôi nghĩ: *Prosopagnosia (hội chứng mù mặt) là một rối loạn thần kinh mà người mắc nó mất đi khả năng nhận diện khuôn mặt*. Sẽ rất sớm thôi rồi tôi cũng mắc phải nó, với chiếc cưa kim loại trên tay.

Bởi vì sau vài tuần, kịch tính dần tiêu tan. Trong những cuộc hội thoại với vài sinh viên không theo ngành Y, khi kể về câu chuyện của những cái xác, tôi thấy mình nhấn mạnh với họ cái sự đó nó mới quái đản, rùng rợn và vô lý làm sao như thể cố trấn an mọi người rằng tôi vẫn bình thường cho dù tôi đã trải qua sáu giờ mỗi tuần để chia cắt một xác chết. Đôi khi tôi nói về khoảnh khắc khi tôi nhìn quanh và thấy một người bạn cùng lớp, thuộc kiểu cô gái trẻ với chiếc ly trang trí màu xốp trên tay, đang nhón chân trên ghế đẩu, hăm hở nện đục vào xương sống một người phụ nữ, mảnh vụn bay đầy trong không khí. Tôi kể câu chuyện như thể đang cố chia cách bản thân mình ra khỏi nó, nhưng sự dính líu thì không thể chối bỏ. Xét cho cùng, chẳng phải tôi cũng vô cùng hào hứng tháo tung lồng ngực một người đàn ông với một chiếc kìm cắt bu-lông đó sao? Dù làm việc trên những thi thể với khuôn mặt phủ kín và tên tuổi là một ẩn số, bạn sẽ thấy đặc thù con người của họ thình lình xuất hiện – như khi mở bụng một thi thể, tôi thấy hai viên moocphin còn chưa tan hết cho thấy anh ta đã chết trong đau đớn, có lẽ một mình và loay hoay lần mò nắp chai thuốc.

Dĩ nhiên, khi còn sống, chủ nhân của các thi thể này đã tình nguyện hiến dâng thân xác họ cho cái số phận này và thứ ngôn ngữ sử dụng bên các thi thể trước mặt chúng tôi nhanh chóng phản ánh thực tế đó. Chúng tôi được chỉ thị không dùng từ "xác chết" nữa, thay vào đó, "người hiến tặng" là từ phù hợp hơn. Và đúng, yếu tố tội lỗi trong việc giải phẫu đã giảm dần so với những ngày xưa. (Sinh viên giờ đây không còn phải mang cơ thể riêng đến lớp như thế kỷ 19. Và trường Y đã ngưng sự ủng hộ của họ đối với việc ăn trộm mộ kiếm xác. Hành vi đánh cắp này chẳng qua là phương thức cải tiến hơn của hành vi giết người, đã từng có dạo phổ biến tới mức được dành cho hẳn một động từ riêng: *burke*, hành vi được OED định nghĩa là "giết ai đó một cách âm thầm bằng cách làm ngạt hơi hay bóp cổ nhằm mục đích bán cơ thể nạn nhân cho giải phẫu.") Dẫu vậy, những người thạo tình hình nhất – các bác sĩ – lại hầu như không bao giờ hiến xác của chính họ. Vậy những người hiến xác kia, họ biết được ở chừng mực nào? Và như một giáo sư giải phẫu học đã nói với tôi, "Cậu sẽ không nói cho bệnh nhân biết những chi tiết máu me trong ca mổ nếu điều đó khiến họ không ký vào đơn chấp thuận mổ."

Thậm chí ngay khi người hiến tặng được cung cấp thông tin đầy đủ – và chuyện có lẽ là vậy bất kể sự lập lờ của một vị giáo sư giải phẫu nào đó – thì cái ý nghĩ rằng mình bị mổ giải phẫu cũng chẳng mấy gì cay đắng. Cái cay đắng chính là ý nghĩ về việc mẹ bạn, bố bạn, hay ông bà bạn bị chặt chém thành từng mảnh bởi mấy gã sinh viên cợt nhả mới hai mươi hai tuổi đầu ở trường Y. Mỗi khi tôi đọc bảng câu hỏi cần đọc trước thí nghiệm và nhìn thấy những từ như "chiếc cưa xương," tôi luôn tự hỏi liệu đây có phải là giờ học mà cuối cùng thì tôi cũng sẽ nôn mửa. Vậy mà tôi rất hiếm khi gặp rắc rối trong phòng thực hành, ngay cả khi tôi phát hiện ra "chiếc cưa xương" trong thắc mắc hóa ra chẳng có gì hơn một chiếc chiếc cưa gỗ han gỉ thông thường. Lần gần nhất tôi suýt nôn chẳng liên quan gì đến phòng thí nghiệm mà là lần viếng thăm mộ bà ở New York nhân 20 năm ngày mất của bà. Tôi gặp người, suýt bật khóc và thầm tạ lỗi – không phải tới những thi thể mà là con cháu họ. Trên thực tế, đã có một cậu con trai đến xin lại cơ thể mới mổ một nửa của mẹ cậu ngay nửa chừng buổi thực hành của lớp chúng tôi. Đúng, bà mẹ đã ưng thuận, nhưng anh con trai thì không thể chịu được điều đó. Tôi biết tôi cũng sẽ làm như vậy. (Phần còn lại đã được trao trả.)

Trong lớp giải phẫu, chúng tôi vật thể hóa người chết, nói theo nghĩa đen là quy họ ra thành những bộ phận cơ thể, mô, dây thần kinh, và cơ. Vào ngày đầu tiên, bạn hoàn toàn không thể phủ nhận những đặc tính con người của một cái xác. Nhưng tại thời điểm khi bạn lột da các chi, lạng qua từng thớ thịt phiền phức, kéo ra những lá phổi, cắt mở trái tim và loại bỏ đi một thùy gan, thì thật khó để còn có thể nhận ra đống mô đó là con người. Đến cuối cùng, những giờ thực hành giải phẫu không còn là sự xâm phạm vào tính thiêng liêng mà trở thành một cái gì đó xen lẫn giữa những giờ hạnh phúc. Việc nhận ra điều này khiến người ta thật bối rối. Trong những giây phút hiếm hoi bồi hồi nhìn lại, tất cả chúng tôi đều im lặng tạ lỗi với những thi thể, không phải vì chúng tôi cảm nhận được sự xâm phạm đầy tội lỗi, mà bởi vì chúng tôi đã không hề cảm nhận thấy điều đó.

Dù vậy, đó không phải là một tội ác thuần túy. Toàn bộ lĩnh vực y học, không chỉ việc mổ xẻ tử thi, đều xâm lấn vào phạm vi thánh thần. Bác sĩ xâm phạm cơ thể người bằng mọi cách chúng ta có thể tưởng tượng ra. Họ bắt gặp con người trong tình trạng mong manh nhất, hoang mang nhất, và riêng tư nhất. Họ hộ tống bệnh nhân đến với thế giới, sau đó rút lui. Nhìn nhận cơ thể dưới dạng vật chất và các cơ chế là một cách khác để làm dịu nhẹ những đau đớn tột bậc nhất của con người. Cũng vì lẽ đó, những đau đớn tột bậc nhất của con người trở thành công cụ sư phạm đơn thuần. Các giáo sư giải phẫu học có lẽ nằm ở cực điểm của mối quan hệ này. Dù vậy, sự tương hợp của họ với các thi thể vẫn còn. Trước đây, khi tôi tạo một đường cắt nhanh dài qua cơ hoành của người hiến tặng để dò tìm động mạch lá lách, giám thị của chúng tôi vừa giận tái người vừa khiếp đảm. Không phải bởi vì tôi đã tàn phá một cấu trúc quan trọng hay hiểu sai một khái niệm chính yếu hay phá hủy những đường cắt mổ sau đó mà bởi vì tôi đã có vẻ rất ung dung trong việc làm đó. Ánh nhìn trên khuôn mặt ông, sự bất lực của ông để thể hiện nỗi buồn đó thành lời đã dạy cho tôi nhiều hơn về y học hơn bất kỳ bài giảng nào tôi từng dự. Khi tôi giải thích rằng một giáo sư giải phẫu khác đã bảo tôi thực hiện vết cắt, nỗi buồn của vị giám thị chuyển thành sự thịnh nộ, và đột nhiên những vị giáo sư mặt đỏ tía tai đã bị kéo ra ngoài hành lang.

Những lần khác, mối quan hệ tương hợp đơn giản hơn nhiều. Một lần, khi cho chúng tôi thấy những tàn tích của căn bệnh ung thư tụy trên một người hiến tặng, giáo sư đã hỏi, "Người này bao nhiêu tuổi?"

"Bảy mươi tư," chúng tôi đáp.

"Cùng tuổi với tôi," ông đáp lại, đặt cái que thăm xuống, và bỏ đi.

*

Trường Y đã làm sâu sắc hơn những hiểu biết của tôi về mối quan hệ giữa ý nghĩa, cuộc đời và cái chết. Tôi nhìn thấy 'tính quan hệ của con người' mà mình đã viết thời đại học trong mối quan hệ bác sĩ - bệnh nhân. Là sinh viên y khoa, chúng tôi đương đầu với cái chết, sự thống khổ và các đòi hỏi trong công việc chăm sóc bệnh nhân, đồng thời lại được che chở khỏi gánh nặng thực sự của trách nhiệm dù rằng có thể nhận thấy bóng ma ám ảnh của nó. Sinh viên y khoa dành hai năm đầu tiên miệt mài trên lớp học, kết bạn, nghiên cứu và đọc sách; rất dễ xem công việc chỉ đơn thuần là mở rộng thêm của việc học trên giảng đường. Nhưng bạn gái tôi, Lucy, người tôi gặp trong năm đầu trường Y (và sau trở thành vợ tôi) đã hiểu được ẩn tình của học thuật. Khả năng yêu thương của nàng là gần như vô hạn và là một bài học đối với tôi. Một đêm trên ghế sofa trong căn hộ của tôi, nàng thận trọng suy xét một xấp giấy những đường uốn lượn tạo thành hình điện tâm đồ EKG, và sau đó xác định một cách chính xác chứng rối loạn nhịp tim gây chết người. Đột nhiên, nàng sáng tỏ và bật khóc: cho dù cái "EKG thực tế" này có đến từ đâu thì người bệnh cũng không còn sống nữa. Những dòng kẻ nguệch ngoạc này không chỉ là dòng kẻ; chúng là những rung tâm thất dần hóa thành đường thẳng báo hiệu cái chết, và chúng có thể khiến bạn rơi nước mắt.

Lucy và tôi cùng theo học trường Y của Yale khi Shep Nuland vẫn còn giảng dạy ở đây, nhưng tôi chỉ biết đến ông với tư cách của một độc giả. Nuland là một nhà triết học-bác sĩ phẫu thuật danh tiếng, tác giả của cuốn sách đầy ảnh hưởng về cái chết, *How We Die* (Hiểu về Sự Chết)[1], xuất bản khi tôi còn học cấp ba nhưng chỉ đến tay tôi khi tôi đang theo học trường Y. Hiếm cuốn nào trong số những cuốn tôi đọc đề cập đến thực tế cơ bản của sự tồn tại một cách trực tiếp và trọn vẹn như thế: mọi sinh vật, cho dù là một chú cá vàng hay một đứa cháu nội, đều chết. Tôi nghiền ngẫm nó trong đêm, đặc biệt ghi nhớ những mô tả của ông về căn bệnh của bà ông và cách mà đoạn văn đó, một cách hoàn hảo, đã làm sáng tỏ được những phương thức mà trong đó

---

1. Ấn bản tiếng Việt đã được Công ty Cổ phần Sách Omega Việt Nam phát hành tháng 6/2017.

các khía cạnh cá nhân, y học và tinh thần trộn lẫn với nhau. Nuland nhớ lại khi ông còn là một đứa trẻ và thường chơi trò chơi lấy ngón tay ấn lõm vào da của bà mình để xem mất bao lâu nó mới trở lại trạng thái cũ – một phần của quá trình lão hóa, mà cùng với chứng khó thở mới phát hiện, đã cho thấy "bà dần đi tới chứng suy tim xung huyết... một sự suy giảm trầm trọng lượng oxy mà khối máu lão hóa có thể nhận được từ các mô lão hóa của những lá phổi lão hóa." Nhưng "điều hiển nhiên nhất," ông tiếp tục, "là quá trình từ từ lìa đời... Tại thời điểm Bubbeh ngừng cầu nguyện, bà gần như dừng hết luôn mọi thế sự khác." Với cú đột quỵ cuối cùng của mình, Nuland liên tưởng tới *Religio Medici* của Sir Thomas: "Chúng ta không biết tới những vật lộn và đớn đau đưa ta đến thế giới, nhưng việc thoát ra khỏi nó thường không phải là một chuyện dễ dàng."

Trong nỗ lực thấu hiểu hơn những đặc tính của cái chết, tôi dành rất nhiều thời gian nghiên cứu văn học ở Stanford và lịch sử y học ở Cambridge, rốt cuộc chỉ để cảm thấy chúng vẫn chỉ là một ẩn số không thể đoán biết. Những miêu tả như của Nuland khiến tôi tin rằng ta chỉ có thể biết được những thứ như vậy khi thực sự giáp mặt với chúng. Tôi theo đuổi ngành Y để được làm chứng nhân cho những bí ẩn song hành cùng cái chết, những biểu thị mang tính kinh nghiệm và sinh học của nó: vừa vô cùng cá nhân, vừa tuyệt đối phi cá nhân.

Tôi nhớ Nuland trong các chương mở đầu của cuốn *How We Die* đã viết về những trải nghiệm khi còn là một sinh viên y khoa trẻ tuổi, một mình trong phòng mổ với một bệnh nhân tim đã ngừng đập. Trong một hành động tuyệt vọng, ông đã mổ ngực bệnh nhân và cố gắng bơm tim bằng tay không, nói trần trụi thì là ra sức bóp vắt sự sống quay trở lại. Bệnh nhân chết, và ông thầy hướng dẫn tìm thấy Nuland trong tình trạng toàn thân đầy máu me, và thất bại.

Trường Y đã thay đổi nhiều khi tôi vào trường, tới mức mà cảnh tượng tương tự hoàn toàn là điều không tưởng: là một sinh viên y khoa, chúng tôi hầu như không được phép chạm vào người bệnh chứ đừng nói gì tới việc mổ ngực họ ra. Điều duy nhất không thay đổi, đó là tinh thần trách nhiệm quả cảm giữa cảnh máu me và thất bại. Điều này gây ấn tượng với tôi như một hình ảnh chân chính của một bác sĩ.

Sự sống đầu tiên tôi chứng kiến cũng là cái chết đầu tiên.

Gần đây tôi đã hoàn thành vòng 1 trong kỳ thi lấy chứng chỉ hành nghề, kết thúc hai năm nghiên cứu chuyên sâu vùi trong sách vở, chìm trong các thư viện, nghiền ngẫm đống ghi chú bài giảng và nằm dài trên giường ôn lại đống thẻ ghi chú tự làm. Hai năm kế tiếp, tôi dành thời gian ở bệnh viện và phòng khám, cuối cùng cũng áp dụng vào thực tế mở kiến thức lý thuyết đó để làm dịu nhẹ những thống khổ, với bệnh nhân chứ không phải các khái niệm trừu tượng như trọng tâm ban đầu. Tôi bắt đầu tại phòng sản phụ khoa, làm ca đêm trong phòng chuyển dạ và sinh đẻ.

Bước vào bệnh viện khi mặt trời đã lặn, tôi cố gắng nhớ lại từng bước chuyển dạ, độ mở tử cung tương ứng, tên từng điểm mô tả vị trí xuống thai của đứa trẻ – bất kỳ điều gì có thể hữu ích lúc cần thiết. Là một sinh viên Y, nhiệm vụ của tôi là học thông qua quan sát và tránh ngáng đường. Các bác sĩ nội trú, những người đã kết thúc chương trình học ở trường và giờ đang hoàn thành đào tạo chuyên khoa và các y tá với nhiều năm kinh nghiệm lâm sàng sẽ là những người hướng dẫn chính của tôi. Nhưng nỗi sợ hãi vẫn len lỏi – tôi có thể cảm thấy những nhịp đập của nó – rằng trong những phút ngẫu nhiên hay dự tính, tôi sẽ có thể bị gọi qua đỡ đẻ, và thất bại.

Tôi tới phòng đợi của bác sĩ để gặp bác sĩ nội trú hướng dẫn mình. Bước vào trong phòng, tôi thấy một người phụ nữ trẻ tóc tối màu đang nằm trên sofa, rào rạo nhai bánh kẹp trong khi đang xem tivi và đọc một bài báo khoa học. Tôi tự giới thiệu bản thân mình.

"Ồ, chào," cô nói. "Tôi là Melissa. Tôi sẽ ở đây hay trong phòng nghỉ nếu cậu cần gặp. Có lẽ điều tốt nhất cậu có thể làm là chú ý đến bệnh nhân Garcia. Cô ấy hai mươi hai tuổi, đến đây vì cơn chuyển dạ sớm và mang song thai. Mọi người khác thì đều khá bình thường."

Giữa những lần cắn bánh, Melissa tóm tắt cho tôi một loạt sự việc và thông tin. Cặp song sinh mới hai mươi ba tuần rưỡi; hy vọng là có thể giữ cho thai kỳ tiếp tục cho đến khi song thai phát triển thêm càng lâu càng tốt; hai mươi tư tuần được coi là điểm lùi về khả năng sống sót, và mỗi một ngày sau đó đều tạo ra sự khác biệt; bệnh nhân đang sử dụng vài loại thuốc để kiểm soát các cơn co tử cung. Máy nhắn tin của Melissa vang lên.

"Được rồi," cô nói, đu chân ra khỏi ghế. "Tôi phải đi rồi. Cậu có thể ở đây nếu cậu thích. Chúng tôi có rất nhiều kênh truyền hình cáp hay đấy. Hoặc cậu đi cùng tôi cũng được."

Tôi theo Melissa tới phòng y tá. Một bức tường treo đầy máy theo dõi, hiển thị những đường viền trắc lượn sóng.

"Cái gì vậy?" tôi hỏi.

Đó là kết quả của máy đo trương lực cơn co tử cung và nhịp tim thai. Để tôi đưa cậu đi gặp bệnh nhân. Cô ấy không nói tiếng Anh. Cậu có nói tiếng Tây Ban Nha không?

Tôi lắc đầu. Melissa dẫn tôi tới đó. Căn phòng tối om. Người mẹ nằm trên giường, nghỉ ngơi và yên lặng, băng theo dõi quấn quanh bụng cô, theo sát cơn co và nhịp tim của cặp song sinh, gửi tín hiệu tới màn hình mà tôi đã thấy ở phòng y tá. Người cha ngồi cạnh giường nắm tay vợ, lo lắng hằn trên trán. Melissa thì thầm gì đó với họ bằng tiếng Tây Ban Nha sau đó dẫn tôi ra ngoài.

Trong vài tiếng sau đó, mọi sự diễn ra thuận lợi. Melissa ngủ trong phòng chờ. Tôi cố gắng giải mã những đường nguệch ngoạc không thể hiểu trong đồ thị của Garcia, giống như việc đọc chữ tượng hình vậy, và rời khỏi nó chỉ với chút kiến thức rằng tên của cô là Elena[1], đây là lần mang thai thứ hai, cô không được chăm sóc tiền sản và cũng không có bảo hiểm. Tôi viết tên những loại thuốc cô đang dùng và ghi chú lại rằng mình cần tìm hiểu thêm. Tôi có đọc một chút về sinh non trong cuốn sách tìm được trong phòng chờ. Những đứa trẻ sinh non, nếu chúng sống sót, thường có một tỉ lệ cao mắc chứng xuất huyết não và bại não. Nhưng mặt khác ba thập kỷ trước, anh trai Suman của tôi cũng sinh non gần tám tuần và giờ đang là một nhà thần kinh học. Tôi bước tới một y tá và hỏi cô cách đọc những đường nguệch ngoạc trên máy theo dõi, vốn chẳng rõ ràng hơn "chữ bác sĩ" là bao nhưng hiển nhiên là có thể nói trước một tình trạng bình yên hay là thảm họa. Cô gật đầu và bắt đầu nói với tôi về cách đọc những cơn co tử cung và nhịp tim, theo cách mà nếu cậu nhìn kỹ vào đây, và cậu sẽ thấy —

Cô dừng lại. Vẻ lo lắng thoáng trên mặt. Không nói lời nào cô đứng bật dậy và chạy tới phòng Elena, sau đó phi vội ra ngoài, vớ lấy điện thoại và nhắn Melissa. Một phút sau, Melissa đến, mắt lờ đờ liếc những đường kẻ và lao tới phòng

---

1. Garcia là tên họ. (DG)

bệnh nhân. Tôi bám phía sau. Cô bật mở điện thoại và gọi bác sĩ chính, líu ríu những biệt ngữ mà tôi chỉ hiểu phần nào. Cặp song sinh đang gặp nguy hiểm, tôi hiểu được điều đó, và cơ hội sống sót duy nhất hiện giờ là mổ bắt con.

Vẫn còn đang choáng váng, tôi được đi theo tới phòng mổ. Họ đặt Elena nằm ngửa trên bàn, truyền thuốc vào ven cô. Một y tá điên cuồng phết vào bụng bầu của cô thứ dung dịch khử trùng, trong khi đó bác sĩ chính, bác sĩ nội trú và tôi xịt cồn tẩy lên bàn tay và cánh tay. Tôi bắt chước các động tác gấp rút của họ, đứng yên lặng khi miệng họ rủa thầm. Bác sĩ gây mê luồn ống vào khí quản bệnh nhân trong khi bác sĩ mổ kỳ cựu và bác sĩ chính đầy sốt ruột.

"Nhanh lên," ông nói. "Chúng ta không có nhiều thời gian đâu. Cần phải nhanh lên."

Tôi đứng ngay cạnh bác sĩ chính khi ông mổ phanh bụng người phụ nữ, tạo một vết rạch cong dài dưới rốn, ngay dưới đỉnh của phần dạ con nhô lên. Tôi gắng dõi theo nhất cử nhất động, đào bới trong trí não những hình vẽ giải phẫu trong sách giáo khoa. Ông rạch một đường đầy tự tin qua cân mạc thẳng bao phủ cơ, sau đó tách phần cân mạc và thớ cơ bên dưới bằng tay, để lộ ra hình ảnh loáng thoáng của tử cung tròn như trái dưa. Ông lại tiếp tục rạch mở nó, một khuôn mặt nhỏ xíu xuất hiện, sau đó biến mất trong làn máu. Bàn tay vị bác sĩ thọc sâu vào, kéo ra một, sau đó là hai em bé tím ngắt hầu như không cử động, mắt nhắm nghiền, giống như những chú chim rơi khỏi tổ quá sớm. Xương của chúng hiện ra qua lớp da trong mờ, trông chúng giống những phác họa nháp của hai đứa trẻ hơn là hai đứa trẻ bằng xương bằng thịt. Chúng nhỏ xíu, khó mà ẵm bế được, không lớn hơn nhiều so với bàn tay bác sĩ mổ. Chúng nhanh chóng được truyền tới vị chuyên gia về trẻ sơ sinh đang đợi, người này nhanh chóng đưa chúng tới đơn vị chăm sóc trẻ sơ sinh đặc biệt.

Cơn nguy cấp tạm đẩy lui, nhịp độ cuộc phẫu thuật chậm lại, sự điên cuồng chuyển sang thứ gì đó tương tự như bình yên. Mùi thịt cháy thoảng qua trong không khí khi dao đốt chặn lại những tia máu bắn ra. Tử cung được khâu lại, những sợi chỉ giống như một hàng răng ngậm vết thương đóng lại.

"Giáo sư, thầy có muốn đóng màng bụng không?" Melissa hỏi. "Em đọc gần đây rằng điều đó là không cần thiết."

"Không để ai bị tan rời những gì Chúa đã kết cho họ," bác sĩ chính nói. "Ít nhất thì không lâu hơn tạm thời. Tôi thích để mọi sự lại như lúc trước thấy chúng – hãy khâu lại đi."

Màng bụng là một tấm màng bao phủ khoang bụng. Bằng cách nào đó tôi đã hoàn toàn mất dấu chỗ nó bị phanh ra và giờ đây tôi cũng chẳng thể nhìn thấy nó. Với tôi, vết thương giống như một đống mô lộn xộn, dù vậy đối với những bác sĩ phẫu thuật, nó có một sự ngăn nắp thấy rõ, giống như một khối cẩm thạch trong mắt nhà điêu khắc vậy.

Melissa gọi lấy chỉ khâu màng bụng, chạm kẹp forcep vào vết thương và kéo lên một lớp mô trong suốt giữa cơ và tử cung. Đột nhiên, tấm màng bụng và lỗ hổng trong nó trở nên rõ ràng. Cô khâu nó lại, rồi chuyển đến vùng cơ và cân mạc, giữ chúng lại gần nhau bằng một chiếc kim lớn và vài mũi khâu vòng lớn. Bác sĩ chính rời đi, lớp da được khâu lại với nhau. Melissa hỏi nếu tôi có muốn thực hiện hai mũi khâu cuối.

Hai tay tôi run rẩy khi kéo kim qua lớp mô dưới da. Khi thắt chặt sợi chỉ, tôi thấy chiếc kim khẽ cong. Lớp da đính lại không cân phẳng, một cục mỡ thụt qua.

Melissa thở dài. "Không cân rồi," cô nói. "Cậu chỉ cần phải bắt lấy lớp da này – cậu nhìn thấy sọc trắng mỏng này không?"

Tôi có thấy. Không chỉ trí não tôi phải được rèn luyện mà cả đôi mắt của tôi nữa.

"Kéo!" Melissa cắt các nút thắt thiếu chuyên nghiệp của tôi đi, khâu lại vết thương, đặt vào đó một miếng gạc và bệnh nhân được đưa đến phòng hồi sức.

Như Melissa đã nói với tôi trước đó, hai mươi tư tuần trong dạ con được coi là ranh giới của khả năng sống sót. Cặp song sinh đã qua hai mươi ba tuần và sáu ngày. Các bộ phận cơ thể đã thành hình, nhưng có lẽ chưa sẵn sàng cho trách nhiệm duy trì sự sống. Chúng bị nợ tới gần bốn tháng phát triển an toàn trong tử cung nơi dòng máu đầy oxy và dinh dưỡng đến qua dây rốn. Hiện giờ khí oxy sẽ phải đi qua lá phổi và những lá phổi chưa đủ khả năng giãn nở một cách phức tạp và thực hiện việc trao đổi khí vốn được gọi là hô hấp. Tôi đến thăm cặp song sinh ở phòng chăm sóc đặc biệt, mỗi đứa nằm trong một lồng ủ bằng nhựa trong suốt, lọt thỏm giữa những chiếc máy lớn không ngừng kêu bíp, hầu như khó có thể thấy giữa mớ dây dợ và ống xoắn xuýt lại. Chiếc lồng ấp có lỗ thông nhỏ ở cạnh bên, nơi cha mẹ có thể vươn tới và khẽ vỗ tay chân bé, đem đến một chút đụng chạm bằng da thịt của người sống.

Mặt trời đã lên, ca trực của tôi kết thúc. Tôi được về nhà, hình ảnh của cặp song sinh đưa ra khỏi tử cung phá quấy giấc ngủ của tôi. Giống như một lá phổi chưa trưởng thành, tôi cảm thấy chưa sẵn sàng cho trách nhiệm duy trì sự sống.

Khi quay trở lại làm việc tối hôm đó, tôi được phân công phụ trách một thai phụ khác. Không ai nhận thấy có vấn đề gì trong thai kỳ này. Mọi thứ đều theo trình tự hết mức có thể, hôm nay thậm chí còn là ngày dự sinh của cô. Cùng với y tá, tôi theo dõi diễn tiến ổn định của người mẹ, những cơn co tử cung hành hạ thể xác với mật độ tăng dần. Y tá báo cáo lại độ mở tử cung, từ ba đến năm rồi đến mười centimet.

"Ok, đến lúc phải rặn rồi," y tá nói.

Quay lại tôi, bà nói, "Đừng lo lắng – chúng tôi sẽ nhắn cho cậu khi tới lúc sinh."

Tôi bắt gặp Melissa ở phòng chờ của bác sĩ. Sau một lúc, nhóm bác sĩ sản được gọi vào phòng: thời điểm sinh đến gần. Bên ngoài cửa, Melissa đưa cho tôi một áo choàng, găng tay và một đôi bọc ủng.

"Sẽ nhem nhuốc lắm đấy," cô nói.

Chúng tôi vào phòng. Tôi ngượng nghịu đứng nép về một bên cho tới khi Melissa đẩy tôi ra trước, giữa đôi chân bệnh nhân, ngay trước mặt bác sĩ chính.

"Rặn!" y tá động viên. "Lại nào: như thế, nhưng đừng hét."

Tiếng thét không ngừng lại, và đi kèm ngay sau đó là máu và các chất lỏng khác phun ra. Những biểu đồ y học gọn ghẽ chẳng có gì là liên quan đến Tự nhiên, màu máu đỏ không chỉ trong răng và vuốt mà còn trong sinh nở (Đây không phải là một bức ảnh của Anne Geddes[1].) Việc học để trở thành bác sĩ thực hành rõ ràng là một kiểu giáo

---

1. Tên một nhiếp ảnh gia chuyên chụp ảnh trẻ em nổi tiếng. (DG)

dục rất khác so với là một sinh viên y trên lớp. Đọc sách và trả lời những câu hỏi trắc nghiệm chẳng hề giống với hành động thực tế, cộng thêm với cả trách nhiệm đi kèm. Việc biết rằng ta cần phải thận trọng khi kéo chiếc đầu ra trước để tạo thuận lợi cho vai chui ra hoàn toàn chẳng giống với việc thực hành nó. Nếu tôi kéo quá mạnh thì sao? (*Tổn thương thần kinh vĩnh viễn*, trí não tôi gào lên.) Cái đầu ló ra ở mỗi cơn rặn và thụt lại trong lúc nghỉ, thò ra ba, lại lùi lại hai. Tôi chờ đợi. Bộ não con người đã đem đến cho cơ thể chức năng cơ bản nhất: sinh sản, một hoạt động nguy hiểm. Nhưng cũng vẫn bộ não đó khiến những thứ như các đơn vị chuyển dạ và sinh nở, máy đo nhịp tim, tiêm gây tê màng cứng và mổ cấp cứu trở thành những thứ khả thi và không thể không cần đến.

Tôi đứng yên, không biết lúc nào phải ra tay cũng như phải làm gì. Giọng bác sĩ chính chỉ huy đôi bàn tay tôi hướng tới chiếc đầu đang trồi ra và trong lần rặn kế tiếp, tôi nhẹ nhàng định hướng đôi vai khi một bé gái chui ra. Cô bé khá lớn, tròn trịa và nhớt nhát, có lẽ to gấp ba lần kích thước của sinh mệnh giống như chú chim đêm trước. Melissa kẹp dây rốn và tôi cắt nó. Đôi mắt mở ra và cô bé bắt đầu khóc. Tôi giữ cô bé thêm một chút, cảm nhận sức nặng và thực thể của em, sau đó chuyển lại cho y tá để đưa đến mẹ em.

Tôi bước tới phòng đợi để thông báo cho toàn thể gia đình tin tốt lành. Hàng tá người thân tập trung tại đó nhảy lên vì vui sướng, một sự náo loạn với những cái bắt tay và ôm hôn. Tôi là một nhà tiên tri[1] trở lại từ đỉnh núi với giao ước[2] mới thuận lợi! Tất cả những nhem nhuốc của sự sinh đẻ đều biến mất; tại đây tôi vừa mới ôm trên tay thành viên mới nhất của gia đình này, cháu của người đàn ông này, em họ của cô gái này.

Quay trở lại phòng sinh, đầy hăm hở, tôi gặp đúng Melissa.

"Này, cô có biết cặp song sinh đêm trước thế nào không?" tôi hỏi.

Mặt cô tối lại. Trẻ A chết chiều hôm qua; trẻ B không gượng nổi qua hai mươi tư giờ đồng hồ và đã chết trong khoảng thời gian tôi đỡ đẻ bé mới. Tại khoảnh khắc đó, tôi chỉ có thể nghĩ về Samuel Beckett, về phép ẩn dụ rằng cặp sơ sinh đó đã chạm tới giới hạn cuối cùng: "Một ngày chúng ta được sinh ra, một ngày khác chúng ta sẽ chết đi, cùng một ngày, cùng một giây… Cửa sinh cũng là cửa tử, ánh sáng lóe lên một khoảnh khắc, và lần nữa lại là đêm." Tôi đã đứng cạnh gần "người đào mộ" với chiếc "forcep" của anh. Những cuộc đời này đã thành gì?

"Cậu nghĩ rằng vậy là tôi tệ lắm sao?" cô tiếp tục. "Hầu hết các thai phụ có trẻ sinh non vẫn phải trải qua quá trình

---

1. Ở đây chỉ Moses trở về từ núi Sinai sau khi nhận lãnh giáo huấn.

2. Lời hứa của Thiên Chúa với con người về những gì Người sẽ làm nếu con người thực thi những điều được giao kết.

chuyển dạ và sinh con. Cậu có tưởng tượng được không? Ít ra thì những nhóc này đã có một cơ hội.”

Một que diêm bập bùng mà không cháy. Người mẹ vẫn đang rên rỉ trong phòng 543, vành mắt đỏ khô héo của người cha, vệt nước mắt khẽ rơi trên khuôn mặt anh: cái phương diện đối nghịch của niềm vui, sự hiện diện bất ngờ, phi lý và không thể chịu đựng nổi của cái chết... Có thể lý giải cho nó thế nào đây, lời lẽ nào có thể an ủi?

“Mổ cấp cứu liệu có phải là lựa chọn đúng không?” tôi hỏi.

“Chẳng có gì để thắc mắc,” cô nói. “Đó là cơ hội duy nhất mà chúng có.”

“Điều gì sẽ xảy ra nếu không mổ?”

“Có lẽ là chúng sẽ chết. Đường nhịp tim bất thường xuất hiện khi máu thai nhi chuyển sang tính axit; dây rốn có thể đã bị tổn thương, hoặc có gì đó nghiêm trọng đang xảy ra.”

“Nhưng làm sao biết được lúc nào thì đường biểu đồ ở ngưỡng bất thường? Cái gì tệ hơn, việc được sinh quá sớm hay phải đợi quá lâu để được sinh ra?”

“Tự phán quyết.”

Một phán quyết. Trong đời tôi, tôi đã bao giờ phải đưa ra quyết định gì khó khăn hơn là lựa chọn giữa bánh kẹp bò nướng và bánh kẹp Reuben? Làm thế nào tôi có thể học được cách đưa ra những phán quyết như vậy và sống với nó? Tôi vẫn còn có rất nhiều bài học thực hành cần học, nhưng liệu chỉ kiến thức có là đủ khi mà sự sống và cái chết luôn cùng đặt trên bàn cân? Hiển nhiên, trí tuệ không thôi là chưa đủ mà còn cần có sự minh bạch về mặt đạo đức. Không hiểu sao, tôi buộc phải tin rằng tôi sẽ không chỉ thu được kiến thức mà cả sự thông thái nữa. Xét cho cùng, khi tôi bước vào bệnh viện một ngày trước, sinh và tử chỉ đơn thuần là một khái niệm xa xôi trừu tượng, vậy mà hiện tại, tôi đã thấy chúng thật gần. Có lẽ Pozzo của Beckett đã đúng. Có lẽ sự sống chỉ là "chốc lát," quá ngắn ngủi để xét đến. Nhưng sự tập trung của tôi sẽ phải dồn vào vai trò sắp tới, gắn bó mật thiết với chuyện khi-nào và thế-nào của cái chết – người đào mộ với một chiếc kẹp forcep.

Không lâu sau đó, đợt thực hành tại sản phụ khoa của tôi kết thúc. Ngay sau đó là tới giải phẫu học chuyên khoa u bướu. Mari, một người bạn học và tôi cùng chuyển phiên với nhau. Trong vài tuần, sau một đêm không ngủ, cô được phân đến hộ tá trong ca Whipple, một ca mổ phức tạp bao gồm sự tái sắp xếp các cơ quan khoang bụng để cắt bỏ ung thư tụy. Đây là dạng ca mổ mà sinh viên Y thường phải đứng yên – hoặc tốt hơn cả là lui lại – trong 9 giờ đồng hồ liên tục. Nó được coi là một ca phẫu thuật hữu dụng nhất cho tôi nếu tôi được chọn hỗ trợ bởi tính phức tạp cực độ của nó – chỉ có bác sĩ nội trú chính mới được phép tham dự. Nó thực sự khó khăn, một bài kiểm tra tối thượng về kỹ năng của các bác sĩ ngoại tổng quát. Mười lăm phút sau khi ca mổ bắt đầu, tôi thấy Mari đang khóc trong hành lang. Bác sĩ mổ luôn bắt đầu bằng một ca Whipple với việc gắn một chiếc camera nhỏ qua đường rạch nhỏ xíu để theo dõi sự di căn vì ca mổ sẽ là vô ích và phải hủy bỏ nếu ung thư đã lan rộng. Khi đứng đó, chờ đợi trong phòng mổ với một ca phẫu thuật kéo dài tới 9 giờ ở phía trước, Mari đã thầm ước: *con thật mệt – lạy Chúa, xin hãy tìm thấy gì đó.* Quả đã thấy. Bệnh nhân bị khâu lại, cả quy trình bị hủy bỏ. Ban đầu là thở phào, sau đó là một nỗi xấu hổ sâu sắc giày vò. Mari bật khóc trong phòng mổ, cần một lời xưng tội và đã gặp tôi.

*

Năm thứ tư đại học, tôi phát hiện ra rất nhiều bạn bè cùng lớp đều lần lượt chọn chuyên khoa trong những lĩnh vực ít đòi hỏi (ví như khoa X-quang, khoa da liễu) để đăng ký chương trình nội trú. Thấy kỳ lạ, tôi thu thập số liệu từ vài trường Y có tiếng và nhận thấy xu hướng tương tự: khi kết thúc đại học, hầu hết sinh viên đều nhắm tới các chuyên khoa về "lối sống" – những chuyên khoa với nhiều thời gian nhân văn hơn, lương cao hơn và ít áp lực hơn – chủ nghĩa lý tưởng trong những bài luận văn xin nhập học của họ dần chai lại hoặc mất hẳn. Khi thời điểm tốt nghiệp đến gần, theo truyền thống ở Yale, chúng tôi ngồi lại với nhau để viết lại lời thề cho lễ phát bằng. Chúng tôi cóp nhặt pha trộn lời lẽ của Hippocrates, Maimonides, Osler với vài vị thủy tổ vĩ đại khác của ngành y thuật. Mấy sinh viên tranh luận về việc cắt đi phần chúng tôi tuyên thệ phải đặt lợi ích của bệnh nhân lên trên bản thân mình. (Hầu hết chúng tôi đều nhất trí không để cuộc thảo luận này kéo dài. Những từ đó được giữ lại. Đối với tôi, kiểu chủ nghĩa vị kỷ này giống như một sự phản đề và cần phải được xem như hoàn toàn có lý. Thực vậy, đây chính là cách mà chín mươi chín phần trăm con người lựa chọn công việc của họ: lương lậu, môi trường làm việc, thời gian. Nhưng vấn đề là ở chỗ đó. Đặt lối sống lên đầu là cách mà bạn kiếm tìm một công việc chứ không phải là tiếng gọi thôi thúc.)

Với tôi, tôi chọn phẫu thuật thần kinh làm chuyên khoa của mình. Vốn đã dự tính khá lâu, lựa chọn này được tôi củng cố trong một đêm ở phòng mổ sau ca phẫu thuật. Tôi đã âm thầm thành kính lắng nghe bác sĩ phẫu thuật thần kinh nhi khi ông ngồi xuống bên cha mẹ của một đứa trẻ bị khối u não lớn nhập viện trong đêm đó vì những cơn đau đầu. Ông không chỉ chia sẻ những thông tin lâm sàng mà còn đề cập tới khía cạnh con người, thừa nhận tính bi đát của tình huống hiện tại đồng thời đưa ra hướng dẫn cho họ. Trên thực tế, mẹ cậu bé là một bác sĩ chuyên khoa X-quang. Khối u trông ác tính – người mẹ đã xem kỹ những bản scan và giờ cô ngồi trên chiếc ghế nhựa, tàn tạ dưới ánh đèn huỳnh quang.

"Claire," vị bác sĩ phẫu thuật khẽ khàng mở lời.

"Nó có tệ như vậy thật không?" người mẹ ngắt lời. "Anh có nghĩ đó là ung thư không?"

"Tôi không biết. Điều tôi biết – cô cũng biết đấy – là cuộc đời của cô sắp sửa, mà thực ra là đã bắt đầu thay đổi. Đây sẽ là một đoạn đường dài, cô hiểu chứ? Các bạn phải ở bên cạnh nhau vì nhau, nhưng cũng cần phải nghỉ ngơi nếu cần thiết. Căn bệnh kiểu này có thể mang các bạn đến bên nhau nhưng cũng có thể chia rẽ các bạn. Hơn bất kỳ lúc nào, mọi người phải ở bên nhau. Tôi không muốn bất kỳ một ai trong số hai người thức cả đêm bên giường bệnh hoặc không chịu rời bệnh viện lấy một chút. Được chứ?"

Ông tiếp tục mô tả quy trình phẫu thuật dự tính, những hậu quả và khả năng có thể, quyết định nào cần phải đưa ra ngay tại thời điểm này, quyết định nào nên bắt đầu tính tới dù không khẩn cấp, và kiểu quyết định nào họ chưa cần phải quá lo lắng vội. Kết thúc cuộc trò chuyện, cả gia đình không hề thấy khuây khỏa nhưng họ có vẻ sẵn sàng đối diện tương lai. Tôi đã quan sát khuôn mặt của hai người – ban đầu nhợt nhạt, vô tri, gần như thuộc về một thế giới khác – giờ đây sắc bén và tập trung. Và khi tôi ngồi đó, tôi nhận ra rằng những câu hỏi đan xen giữa sự sống, cái chết và ý nghĩa, những câu hỏi mà tất cả mọi người đều phải đối mặt tại thời điểm nào đó, thường nổi lên trong một tình huống y khoa. Trong những tình huống thực khi một ai đó đối mặt với các câu hỏi này, nó trở thành một bài tập sinh học và triết học cần thiết. Con người là những sinh vật đều phải chịu các định luật vật lý, bao gồm cả phần nói về entropy luôn tăng. Bệnh tật là những phân tử bất tuân; điều kiện tất yếu của sự sống là sự trao đổi chất; và cái chết là sự chấm dứt.

Dù mọi bác sĩ đều chữa bệnh, bác sĩ phẫu thuật thần kinh lại làm việc trong một lò tôi luyện nhân cách: như một điều tất yếu, mỗi ca mổ não là một sự thao tác trên cái thực thể của bản thể chúng ta và mỗi cuộc đối thoại với bệnh nhân trải qua phẫu thuật não đều phải đối diện với thực tế này. Thêm vào đó, đối với bệnh nhân và gia đình, phẫu thuật não là sự kiện bi thảm nhất mà họ từng phải đối mặt và nó có tác động như bất kỳ một biến cố lớn lao trong đời. Trong những thời điểm nguy cấp đó, câu hỏi không chỉ đơn thuần là sống hay chết mà còn là cuộc sống nào đáng sống. Liệu bạn có đánh đổi khả năng nói chuyện của bạn – hay của mẹ bạn – chỉ để sống thêm vài tháng câm lặng? Hay mở rộng điểm mù thị giác, đổi lại khả năng nhỏ về việc mắc xuất huyết não gây chết người có thể được loại trừ? Mất chức năng cánh tay phải để ngưng động kinh? Bạn sẽ chấp nhận để con mình gánh chịu bao nhiêu đau đớn về thần kinh trước khi thừa nhận cái chết là tốt hơn cả? Bởi vì bộ não dàn xếp mọi trải nghiệm của chúng ta về thế giới, bất kỳ một vấn đề về phẫu thuật thần kinh nào cũng buộc bệnh nhân và gia đình, lý tưởng nhất là với sự dẫn dắt của bác sĩ, phải trả lời câu hỏi: Điều gì khiến cuộc đời đủ ý nghĩa để sống tiếp?

Tôi bị thúc ép bởi phẫu thuật thần kinh và đòi hỏi không khoan dung của nó đối với sự hoàn hảo; giống như 'arete' một khái niệm Hy Lạp cổ, tôi nghĩ, đức hạnh yêu cầu sự vượt trội cả về đạo đức, cảm xúc, tâm trí lẫn thể chất. Phẫu thuật thần kinh dường như mang đến sự đối diện trực tiếp và thử thách nhất với ý nghĩa, nhân diện và cái chết. Đi kèm với trách nhiệm khổng lồ mà họ gánh vác, những bác sĩ phẫu thuật thần kinh cũng là chuyên gia trong nhiều lĩnh vực khác: phẫu thuật thần kinh, đơn vị chăm sóc đặc biệt, thần kinh học, X-quang học. Tôi nhận ra tôi sẽ không chỉ phải rèn luyện trí não và đôi bàn tay, tôi còn phải rèn luyện cặp mắt và có lẽ là các bộ phận cơ thể khác nữa. Ý nghĩ này lấn át và làm tôi si mê: có lẽ cả tôi nữa, tôi cũng có thể tham gia vào hàng ngũ những người đa năng, những người đã sải bước vào những bụi bờ dày đặc nhất của các vấn đề tinh thần, khoa học và cảm xúc, để tìm thấy hoặc chạm khắc ra một lối thoát.

Sau khi tốt nghiệp đại học, Lucy và tôi, một cặp mới cưới tiến thẳng tới California để bắt đầu chương trình nội trú. Tôi ở Stanford, Lucy thì vẫn thẳng tiến trên con đường tại UCSF. Trường Y đã chính thức ở lại sau lưng chúng tôi – giờ thì những trách nhiệm thực đang đợi. Rất nhanh tôi kết thân với vài người bạn ở bệnh viện, đặc biệt là Victoria, đồng nội trú với tôi và Jeff, một bác sĩ nội trú về giải phẫu tổng quát có thâm niên hơn chúng tôi vài năm. Trong suốt bảy năm đào tạo kế tiếp, chúng tôi sẽ trưởng thành từ những chứng nhân của các bi kịch y học để trở thành nhân vật chính trong đó.

Một thực tập sinh trong năm đầu nội trú chỉ hơn nhân viên bàn giấy ở cái phông nền về sự sống và cái chết một chút. Dù vậy, khối lượng công việc vẫn vô cùng lớn. Ngày đầu tiên ở bệnh viện, bác sĩ trưởng nội trú nói với tôi, "Bác sĩ nội trú về phẫu thuật thần kinh không chỉ là những bác sĩ phẫu thuật giỏi nhất – chúng ta là những bác sĩ giỏi nhất của bệnh viện. Đó là mục tiêu của anh. Hãy khiến chúng tôi tự hào." Ông chủ tịch, vọng qua phòng bệnh: "Lúc nào cũng ăn bằng tay trái. Anh cần phải học cách thuận cả hai tay." Một trong những bác sĩ nội trú lâu năm: "Nhắc nhở cho cậu biết nhé – sếp vừa mới li dị, giai đoạn này ông ấy thực sự quăng mình vào công việc. Đừng có tán gẫu gì cả." Một thực tập cũ thay vì hướng dẫn thì lại ném cho tôi một danh sách bốn mươi ba bệnh nhân: "Điều duy nhất tôi có thể nói cho cậu là: họ luôn có thể làm tổn thương cậu hơn nữa, nhưng họ không thể dừng thời gian lại được." Rồi anh bỏ đi.

Tôi không rời bệnh viện trong hai ngày đầu tiên. Nhưng thời gian chỉ như một giờ làm việc khi đứng trước đống giấy tờ dài lê thê, giết thời gian và tưởng như bất khả thi. Tuy vậy, khi bạn làm việc tại bệnh viện, những giấy tờ bạn sắp xếp không chỉ là giấy tờ, chúng là những mảnh ghép của các câu chuyện tràn đầy mạo hiểm cùng chiến thắng. Như cậu bé Matthew tám tuổi, nhập viện vì những cơn đau đầu để rồi phát hiện ra cậu đã bị một khối u tiếp giáp khối dưới đồi. Vùng dưới đồi điều tiết những nhu cầu cơ bản của chúng ta: ngủ, đói, khát, ham muốn tình dục. Bất kỳ một khối u nào sót lại cũng có thể bắt Matthew phải chịu một cuộc đời phụ thuộc vào phóng xạ, phẫu thuật, hay ống thông não,... tóm lại, nó sẽ ăn trọn tuổi thơ cậu. Loại bỏ hoàn toàn khối u có thể ngăn chặn điều đó, nhưng nguy cơ là phá hủy vùng dưới đồi của cậu, biến cậu thành nô lệ của những thèm khát. Bác sĩ phẫu thuật phải làm việc, lồng một đèn nội soi nhỏ qua mũi Matthew và khoan thủng đáy sọ cậu. Khi đã vào trong, ông thấy được một mặt phẳng rõ và cắt bỏ khối u. Vài ngày sau, Matthew nhảy nhót quanh phòng bệnh, ăn trộm kẹo từ những y tá và sẵn sàng để về nhà. Tối hôm đó, tôi vui vẻ điền vào những trang dài bất tận trong hồ sơ ra viện của cậu.

Tôi để mất bệnh nhân đầu tiên vào thứ Ba.

Đó là một cụ bà tám mươi hai tuổi, nhỏ nhắn và thanh mảnh, khỏe mạnh nhất ở khu Ngoại tổng quát nơi tôi thực tập một tháng. (Khi khám nghiệm tử thi, nhà nghiên cứu bệnh học đã phải choáng váng khi biết tuổi cụ: "Bà ấy có những bộ phận cơ thể của một người năm mươi tuổi!" Bà nhập viện vì bị táo bón do chứng tắc ruột nhẹ. Sau sáu ngày hy vọng đường ruột có thể tự gỡ rối, chúng tôi thực hiện một cuộc tiểu phẫu để xử lý. Khoảng 8 giờ tối thứ Hai, tôi rẽ qua để kiểm tra, và bà vẫn tỉnh táo, mọi việc đều ổn. Khi chúng tôi nói chuyện, tôi lôi từ trong túi ra một danh sách những công việc phải làm trong ngày và gạch đi dòng cuối cùng (theo dõi sau mổ, bà Harvey). Đã đến lúc về nhà và nghỉ ngơi.

Chừng quá nửa đêm, điện thoại reo. Bệnh nhân gặp sự cố. Thế là cảm giác thỏa mãn về công việc mang tính thủ tục đột nhiên tan biến, tôi ngồi dậy và đưa ra chỉ thị: "Một lít LR, EKG truyền nhanh, X-quang ngực, ảnh tĩnh điện – tôi đang đến." Tôi gọi cho bác sĩ chính, cô bảo tôi thêm vào các xét nghiệm và gọi lại khi nắm rõ tình hình hơn. Tôi tăng tốc tới bệnh viện và bắt gặp bà Harvey đang vật lộn để thở, nhịp tim tăng mạnh, trụy huyết áp. Cho dù tôi có làm gì bà cũng không thể khá hơn; và vì tôi là thực tập khu ngoại tổng quát duy nhất có mặt, máy nhắn tin của tôi reo liên hồi với những cú tôi có thể xử lý (bệnh nhân cần thêm thuốc ngủ) và những cú tôi không thể (đứt vỡ phình động mạch chủ trong phòng cấp cứu). Tôi đang chới với, giằng xé theo hàng ngàn hướng, mọi thứ vượt tầm kiểm soát và bà Harvey vẫn không có tiến triển. Tôi sắp xếp chuyển bà sang phòng chăm sóc đặc biệt, tại đó, chúng tôi bơm vào người bà đủ thứ thuốc và chất lỏng để giữ bà khỏi bàn tay tử thần. Suốt mấy tiếng sau đó, tôi chạy qua chạy lại giữa bệnh nhân đang dọa từ bỏ mạng sống ở phòng cấp cứu, và bệnh nhân đang có dấu hiệu chết dần trong phòng chăm sóc đặc biệt. Năm giờ bốn mươi lăm phút sáng, khi một bệnh nhân từ phòng cấp cứu được chuyển đến phòng mổ, bà Harvey vẫn khá ổn định. Bà cần tới mười hai lít dịch, hai đơn vị máu, một máy thở và ba máy tăng áp để có thể duy trì mạng sống.

Khi tôi rời bệnh viện vào lúc 5 giờ chiều tối thứ Ba, bà Harvey vẫn không khá lên – nhưng cũng không tệ đi. Lúc 7 giờ, chuông điện thoại reo: bà bị ngưng tim phổi và đội chăm sóc đặc biệt đang cố gắng thực hiện hồi sức tim phổi cho bà. Tôi lao đến bệnh viện và một lần nữa, bà vượt qua. Vừa vặn thoát chết. Lần này thay vì tạt về nhà, tôi ăn tạm bữa tối gần bệnh viện để để phòng.

Vào 8 giờ, điện thoại lại reo: Bà Harvey đã chết.

Tôi về nhà để ngủ.

Tôi cảm thấy mình ở đâu đó giữa tức giận và buồn bã. Vì bất kỳ lý do gì, thì bà Harvey đã vượt qua được những mớ giấy tờ kia để trở thành bệnh nhân của tôi chứ không ai khác. Ngày sau đó, tôi tham dự quá trình khám nghiệm tử thi, quan sát các nhà bệnh lý học làm giải phẫu và cắt bỏ các bộ phận của bà. Tôi tự mình kiểm tra chúng, sờ vào chúng, kiểm tra những nút thắt tôi đã thắt trong ruột bà. Từ thời điểm đó, tôi đã quyết định đối xử với tất cả công việc giấy tờ của mình như những bệnh nhân thực thụ chứ không phải ngược lại.

Năm đầu tiên đó, tôi có thể thấy được phần của mình trong những cái chết. Đôi khi thấy nó khi lén nhìn đâu đó ngóc ngách, đôi khi bẽ bàng khi thấy nó ở ngay trong cùng phòng. Đây là một vài người mà tôi đã thấy họ ra đi:

1. Một ông nghiện rượu, mất khả năng đông máu, bị chảy máu tới chết ở những khớp xương và dưới da. Mỗi ngày, những vết bầm tím lan rộng. Trước khi hôn mê, ông ngước nhìn tôi và nói, "Thật không công bằng – tôi toàn pha rượu với nước cơ mà."

2. Một nhà nghiên cứu bệnh học, chết vì viêm phổi, khò khè từng hơi thở hấp hối trước khi được đưa đi khám nghiệm tử thi – chuyến đi cuối cùng của cô tới phòng bệnh lý học, nơi cô đã dành rất nhiều năm trong cuộc đời mình ở đó.

3. Một người đàn ông làm tiểu phẫu thần kinh để trị chứng đau dây thần kinh trên mặt: một giọt xi măng dạng lỏng được nhỏ lên dây thần kinh để giữ cho mạch máu khỏi tạo áp lực lên nó. Một tuần sau, ông

bắt đầu đau đầu dữ dội. Hầu như mọi xét nghiệm đã được thực hiện nhưng không có chẩn đoán nào được đưa ra.

4. Hàng tá các trường hợp chấn thương đầu khác: tự tử, bị bắn súng, đánh nhau, tai nạn xe máy, đâm ô tô. Có cả một vụ bị nai sừng tấn công.

Đôi khi, sức nặng của cái chết trở nên thật rõ ràng như sờ thấy được. Nó ở trong không khí, sự căng thẳng và đau đớn. Đôi khi, bạn hít thở mà không nhận ra. Nhưng khi khác, giống như những ngày trời nồm ẩm ướt, nó có sức nặng riêng đến ngạt thở. Đôi khi ở bệnh viện, tôi cảm thấy như mắc kẹt trong một mùa hè ở chốn rừng hoang vô tận, người sũng mồ hôi, những cơn mưa nước mắt của các gia đình có người thân bỏ mạng đang ào ào rơi xuống.

Năm thứ hai đào tạo, bạn sẽ là người đầu tiên phải tới phòng cấp cứu. Vài bệnh nhân bạn không thể cứu. Số khác lại có thể. Lần đầu tiên đẩy nhanh một bệnh nhân hôn mê từ phòng cấp cứu sang phòng mổ, tôi đã hút sạch máu trong sọ anh, nhìn anh tỉnh dậy, bắt đầu nói chuyện với người nhà và phàn nàn về vết rạch trên đầu. Tôi bị lạc trong một tình trạng ngây ngất, lòng vòng quanh bệnh viện tận đến 2 giờ sáng mà không biết mình đang ở đâu. Mất tới bốn mươi lăm phút tôi mới có thể tìm đường ra.

Thời gian biểu rút cạn sức lực. Là những bác sĩ nội trú, chúng tôi phải làm việc tới một trăm giờ mỗi tuần. Dù quy định chỉ là tối đa tám mươi tám giờ nhưng luôn có nhiều việc chồng chất hơn. Mắt tôi giàn giụa, mạch đập dồn dập trên đầu, tôi nốc xuống từng ngụm nước tăng lực vào lúc 2 giờ sáng. Lúc làm việc tôi có thể duy trì được, nhưng ngay khi rời khỏi bệnh viện, sự kiệt sức tấn công. Tôi loạng choạng qua chỗ đậu xe, thường chợp mắt một chút trước quãng thời gian 15 phút lái xe về nhà.

Không phải bác sĩ nội trú nào cũng có thể chịu đựng được áp lực. Một người bạn của tôi đơn giản là không chịu nổi việc bị quy tội và quy trách nhiệm. Anh là một bác sĩ phẫu thuật tài năng, nhưng thường không thể thừa nhận lỗi lầm. Một bữa nọ, tôi ngồi kế bên trong phòng chờ, anh van nài tôi cứu lấy sự nghiệp của anh.

"Tất cả những gì anh phải làm," tôi nói, "là nhìn thẳng vào mắt tôi và nói, 'Tôi xin lỗi. Những gì đã xảy ra là lỗi của tôi, và tôi sẽ không để chuyện này xảy ra nữa.'"

"Nhưng chính y tá là người –"

"Không. Anh phải nói được điều đó và thực sự muốn làm vậy. Thử lại đi."

"Nhưng –"

"Không. *Nói* đi."

Cứ tiếp tục như vậy suốt một tiếng đồng hồ cho đến khi tôi biết anh đã bị hủy hoại.

Stress dồn đẩy một bác sĩ nội trú khác ra khỏi nghề mãi mãi; cô đã chọn một công việc ít đòi hỏi hơn trong lĩnh vực tư vấn.

Những người khác thậm chí còn trả cái giá cao hơn nhiều.

Kỹ năng nâng lên thì trách nhiệm cũng nhiều lên. Học được cách cân nhắc cuộc đời nào có thể cứu, cuộc đời nào không và cuộc đời nào *không nên* làm như vậy đòi hỏi một khả năng tiên lượng phi phàm. Tôi đã phạm nhiều sai lầm. Đẩy một bệnh nhân lao tới phòng mổ để cứu một phần não chỉ đủ cho trái tim còn đập nhưng không bao giờ còn có thể nói chuyện, ăn uống qua một chiếc ống và bị ép buộc phải sống một cuộc đời không bao giờ mong muốn... Tôi dần coi đây như một thất bại nặng nề hơn cả việc để bệnh nhân ra đi. Sự tồn tại mập mờ của quá trình chuyển hóa vô thức trở thành một gánh nặng không thể chịu đựng nổi, thường người bệnh bị bỏ lại tại viện chăm sóc, nơi người thân của họ, chẳng thể đạt được sự biểu quyết đối với số phận của họ, viếng thăm họ mỗi lúc một thưa dần, cho tới cái kết cục không thể tránh khỏi là cái chết do thối loét vì nằm liệt giường hoặc vì bệnh viêm phổi. Vài người sống lay lắt kiểu này và chào đón những khả năng của nó, mắt

mở to. Nhưng nhiều người khác thì không, hoặc không thể
như vậy, và lúc này bác sĩ phẫu thuật thần kinh phải học
cách phán xử.

Tôi đã bắt đầu trong sự nghiệp này, một phần nào đó,
nhằm theo đuổi cái chết: nắm lấy nó, lột mặt nạ của nó và
nhìn thẳng vào nó, không chớp mắt. Ngành phẫu thuật
thần kinh thu hút tôi không chỉ ở sự quấn quýt của não
bộ và ý thức mà còn ở sự quấn quýt của sinh và tử. Tôi đã
nghĩ rằng cuộc đời nằm giữa khoảng trống của sự sống và
cái chết có thể đem tới cho tôi không chỉ một sân khấu cho
những hành động trắc ẩn mà còn là sự nâng cấp về tồn tại
của chính bản thân tôi: tránh càng xa càng tốt những vật
chất tầm thường, những tự cao tự đại, để mà đi tới *nơi đó*,
trọng tâm của vấn đề, những quyết định và vật lộn thực sự
giữa sống-và-chết... sự siêu nghiệm hẳn sẽ được tìm thấy
ở đó?

Nhưng trong quá trình nội trú, một thứ gì đó dần mở
rõ. Giữa chuỗi vô tận những chấn thương đầu này, tôi bắt
đầu hoài nghi việc ở quá gần gũi với thứ ánh sáng hừng hực
trong những khoảnh khắc ấy chỉ khiến tôi mù lòa trước tự
nhiên, giống như người đang tìm hiểu thiên văn học bằng
cách nhìn thẳng vào mặt trời vậy. Tôi chưa hẳn là ở *bên cạnh*
bệnh nhân trong những khoảnh khắc then chốt, mà gần
như chỉ là có mặt ở đó. Tôi đã chứng kiến rất nhiều thống
khổ; tệ hơn cả, tôi trở nên chai lì với chúng. Khi chết chìm,

thậm chí chìm trong máu đỏ, người ta mới học cách thích nghi, học cách tự nổi, tự bơi, thậm chí là tận hưởng cuộc sống, gắn kết với y tá, bác sĩ và những người khác cùng hội cùng thuyền, những người đang đón cùng một ngọn sóng.

Cậu bạn đồng nghiệp Jeff và tôi cùng nhau xử lý các vụ chấn thương. Mỗi khi anh gọi tôi xuống phòng chấn thương vì có một ca tổn thương vùng đầu nào đó, chúng tôi luôn rất ăn ý. Cậu ta sẽ ước định vùng bụng, sau đó hỏi ý kiến tôi về chức năng nhận thức của bệnh nhân. "Ừm, anh ta vẫn có thể làm thượng nghị sĩ," tôi từng trả lời vậy, "nhưng chỉ ở một bang nhỏ thôi." Jeff cười, và từ lần đó, quy mô dân số của bang trở thành thước đo của chúng tôi cho mức độ nghiêm trọng của mỗi chấn thương. "Anh này Wyoming hay California?" Jeff thường hỏi khi phải xác định chế độ chăm sóc cần thiết ở mức độ nào. Hoặc tôi sẽ nói, "Jeff, tôi biết huyết áp của bệnh nhân bất ổn, nhưng tôi sẽ chuyển bệnh nhân đến phòng mổ, nếu không anh ta sẽ từ Washington xuống thành Idaho mất – cậu có thể cho anh ta ổn định lại được không?"

Một hôm đang ở nhà ăn, vừa định lấy bữa ăn trưa điển hình của mình – Cocacola ăn kiêng và bánh kẹp kem – thì máy nhắn của tôi thông báo chuẩn bị có một ca chấn thương nghiêm trọng. Tôi chạy nhanh đến phòng chấn thương, vừa kịp nhét vội chiếc bánh kẹp ra sau máy tính thì người hỗ trợ y tế đã đẩy băng ca bệnh nhân đến và thuật lại chi tiết: "Nam, hai mươi hai tuổi, tai nạn xe máy, bốn mươi dặm một giờ, có thể não đã chui ra theo đường mũi…"

Tôi đi thẳng vào việc, gọi một khay ống thông khí quản, kiểm tra những chức năng sống khác của chàng trai. Khi anh ta đã được thông khí an toàn, tôi xem xét những thương tổn: mặt bầm tím, chỗ da xây xát do cọ trên đường, đồng tử giãn rộng. Chúng tôi bơm cho cậu ta đầy mannitol để giảm sưng phù não và nhanh chóng chuyển cậu ta tới máy soi cắt lớp: hộp sọ vỡ nát, xuất huyết nặng trên diện rộng. Trong đầu, tôi đã dự liệu việc mổ rạch qua da đầu ra sao, khoan sọ thế nào để tháo lượng máu xuất huyết. Huyết áp của cậu đột nhiên tụt. Chúng tôi lại vội vã đẩy ngược cậu lại phòng chấn thương, và ngay khi đội xử lý chấn thương tới, tim cậu ngừng đập. Một cơn lốc những nỗ lực vây quanh cậu: ống thông tĩnh mạch được luồn vào trong động mạch đùi, những đường ống nhét sâu trong ngực, thuốc được đẩy vào ven tĩnh mạch và đồng thời, những nắm đấm thúc mạnh vào trái tim cậu để giữ cho dòng máu chảy thông. Sau ba mươi phút, chúng tôi để cậu ra đi. Với dạng chấn thương đầu thế này, chúng tôi thầm thì nhất trí rằng cái chết là hơn cả.

Tôi lách ra khỏi phòng chấn thương ngay khi gia đình được đưa tới để nhìn thân thể của cậu. Sau đó tôi nhớ ra: Cocacola ăn kiêng, bánh kẹp kem… và cả sức nóng ngột ngạt trong căn phòng đó. Nhờ sự trợ giúp của một bác sĩ nội trú cấp cứu thế chân cho tôi, tôi lại lẻn về phòng như một bóng ma để cứu lấy chiếc bánh kẹp kem ngay trước thân thể cậu con trai mà tôi không thể cứu.

Ba mươi phút trong tủ lạnh đã cứu sống chiếc bánh. Khá ngon miệng, tôi nghĩ, đồng thời cạy mẩu sôcôla ra khỏi kẽ răng trong lúc gia đình nạn nhân đang nói lời tạm biệt cuối cùng. Tôi tự nhủ, trong khoảng thời gian ngắn ngủi là một bác sĩ, tôi có lẽ đã sa ngã nhiều hơn là tiến bộ về mặt đạo đức.

Vài ngày sau, tôi nghe tin Laurie, một người cùng trường Y đã bị ô tô đâm và một bác sĩ phẫu thuật thần kinh đã tiến hành ca mổ để cứu sống cô. Cô rơi vào trạng thái ngưng tim-hô hấp, được hồi sức và ra đi vào hôm sau. Tôi không muốn biết thêm gì nữa. Những ngày mà ai đó đơn giản là bị "chết trong một tai nạn ô tô" đã xa rồi. Giờ đây, những lời này mở ra trong tôi "một hộp Pandora" với đủ thứ hình ảnh tuôn ra từ đó: chiếc xe đẩy bệnh nhân lăn vội, máu trong căn phòng chấn thương, đường ống nhét sâu xuống họng và những cú nện trên ngực cô. Tôi có thể thấy được những bàn tay, đôi tay tôi, đang cạo sạch da đầu Laurie, con dao mổ rạch mở đầu cô, có thể nghe thấy sự điên cuồng của chiếc máy khoan, ngửi thấy mùi xương cháy khét, bụi của nó xoáy lên, và cả khe nứt khi tôi cố cạy một phần sọ ra. Cô chẳng còn gì giống cô của mọi khi, trong mắt bạn bè và gia đình đã trở thành một người xa lạ. Có lẽ đã có những ống luồn sâu trong ngực, và một chân đang được kéo giãn liên tục...

Tôi không hỏi chi tiết. Tôi đã có quá nhiều chi tiết rồi.

Khoảnh khắc đó, tất cả những lần tôi thất bại trong khả năng thấu cảm đột ngột quay ngược trở lại: trước sức ép của những đòi hỏi khác. Những con người đang thống khổ mà tôi đã trông thấy, ghi chú và gói ghém cẩn thận trong nhiều chẩn đoán, cái ý nghĩa trong đó mà tôi không thể nhận ra – chúng đều quay trở lại, mong báo thù, đầy tức giận và không gì có thể lay chuyển.

Tôi sợ rằng tôi đang trên con đường trở thành một bác sĩ kiểu Tolstoy, luôn bận tâm với thứ chủ nghĩa hình thức rỗng tuếch, chú tâm nhớ vẹt mấy phương thức chữa bệnh và hoàn toàn để lỡ điều quan trọng lớn lao hơn của con người. ("Các bác sĩ bước vào thăm khám cho cô, lần lượt hoặc trao đổi ý kiến với nhau. Họ nói nhiều bằng tiếng Pháp, tiếng Đức và Latin, đổ lỗi cho nhau, kê ra cả đống thuốc cho tất cả mọi loại bệnh họ biết, vậy mà điều đơn giản chưa từng lướt qua óc họ, đó là thứ bệnh Natasha đang chịu đựng là điều họ không thể biết.")[1] Một người mẹ vừa mới bị chẩn đoán ung thư não đến chỗ tôi. Chị bị bối rối, sợ hãi và mất tinh thần bởi những điều không rõ. Tôi thì

---

1. Trích đoạn tiểu thuyết *Chiến tranh và Hòa bình* của Lev Tolstoy.

kiệt sức, rời rã. Lướt nhanh qua những câu hỏi của chị, tôi khẳng định ca mổ sẽ thành công, và cũng tự an ủi chính bản thân mình rằng chẳng lấy đâu ra thời gian để trả lời những thắc mắc của cô một cách thỏa đáng. *Nhưng tại sao tôi không dành ra chút thời gian cơ chứ?* Một cựu chiến binh hung hăng từ chối mọi lời khuyên và dỗ dành của các y bác sĩ cùng các nhà vật lý trị liệu trong nhiều tuần lễ; kết quả là vết thương ở lưng ông vỡ ra ngay khi chúng tôi vừa cảnh báo. Được gọi tới phòng mổ, tôi khâu vết thương nứt mở trong khi ông ta gào lên vì đau đớn, tôi tự nhủ với bản thân mình rằng ông ta xứng đáng bị vậy.

Không ai xứng đáng bị vậy.

Tôi có được chút an ủi sơ sài khi biết rằng William Carlos Williams và Richard Selzer đã tự thú còn làm nhiều điều tệ hơn vậy, và tôi đã thề sẽ làm tốt hơn. Giữa những bi kịch và thất bại, tôi sợ rằng mình đã mất dấu tầm quan trọng phi thường trong mối quan hệ con người, không phải giữa bệnh nhân và người thân của họ mà là giữa bác sĩ và bệnh nhân. Kỹ thuật xuất sắc chưa đủ. Là một bác sĩ nội trú, lý tưởng cao nhất của tôi không phải là cứu lấy mạng sống – ai rồi cũng sẽ phải chết – mà là dẫn dắt để người thân và gia đình họ có được sự thấu hiểu về cái chết hoặc bệnh tật. Khi một bệnh nhân được chuyển tới trong tình trạng chảy máu đầu đe dọa đến tính mạng, mẩu đối thoại đầu tiên với bác sĩ phẫu thuật sẽ mãi mãi tô màu cho ký ức của người thân về cái chết, từ việc thanh thản ra đi ("Có lẽ đã đến lúc anh ấy ra đi rồi") cho tới nỗi đau đớn vì tiếc nuối ("Những bác sĩ đó không chịu lắng nghe! Họ thậm chí còn *không buồn* cứu anh ấy!") Khi không có chỗ cho con dao mổ thì lời nói chính là công cụ duy nhất của các bác sĩ phẫu thuật.

Bởi trong nỗi thống khổ độc nhất vô nhị gây ra do tổn thương não bộ nghiêm trọng – nỗi thống khổ mà gia đình thường cảm nhận rõ nét hơn là chính nạn nhân – các bác sĩ không chỉ là người duy nhất không nhìn rõ ý nghĩa trọn vẹn đó. Khi gia đình đứng quanh người thân yêu của họ – người thân yêu với cái đầu xén cạo chứa bộ não méo mó – chính họ cũng thường không nhận ra ý nghĩa trọn vẹn. Họ thấy quá khứ, những ký ức chất dồn, tình yêu mới nhen, tất cả đều được đại diện bởi cơ thể trước mặt. Còn tôi nhìn thấy những khả năng trong tương lai, máy thở gắn vào người thông qua một vết cắt mở trên cổ, thứ dung dịch sền sệt nhỏ qua một lỗ ở trên bụng, tiềm năng hồi phục đau đớn, kéo dài và chỉ phần nào đó – hoặc đôi khi rất có thể, sẽ không có sự trở lại nào của con người họ hằng nhớ. Trong những khoảnh khắc này, tôi thường hành động không phải như một đối thủ của cái chết – như tôi vẫn thường thế – mà như một đại sứ của nó. Tôi phải giúp những gia đình đó hiểu rằng, con người mà họ đã biết – con người độc lập, đầy sự sống đó – giờ chỉ còn trong quá khứ, và rằng, tôi cần họ đưa ra thông tin để tôi hiểu được anh ấy/chị ấy muốn một kiểu tương lai như thế nào: một cái chết nhẹ nhàng hay một tương lai bị chằng buộc giữa những túi dung dịch đi vào đi ra trong cơ thể, để bám trụ cuộc sống ngay cả khi đã mất khả năng chiến đấu.

Giá mà tôi mộ đạo hơn chút khi còn trẻ, có lẽ tôi đã trở thành một mục sư bởi vai trò của một mục sư vốn là cái tôi kiếm tìm.

Với trọng tâm mới, sự đồng thuận có hiểu biết – một thủ tục khi bệnh nhân ký vào tờ giấy chấp thuận phẫu thuật – không còn là hoạt động pháp lý nhằm liệt kê càng nhanh càng tốt những rủi ro có thể xảy đến, giống như giọng thuyết minh cho một quảng cáo thuốc mới, mà là một cơ hội để xây dựng hiệp ước với người đồng xứ khổ đau: *Chúng ta bên nhau và đây là những lối ra – bằng mọi giá, tôi nguyện sẽ dẫn dắt anh tới bờ bên kia.*

Tại thời điểm này trong kỳ nội trú, tôi đã có năng lực và kinh nghiệm hơn. Cuối cùng tôi cũng đã có thể thở một chút, không còn phải gắng sức cầm cự cho cuộc sống của riêng mình. Giờ đây tôi chấp nhận mọi trách nhiệm về tình trạng sức khỏe của bệnh nhân.

Tôi nghĩ về cha tôi. Là một sinh viên Y, Lucy và tôi đã chứng kiến những cuộc thăm bệnh của ông ở Kingman, quan sát khi ông mang tới sự dễ chịu và hài hước cho bệnh nhân của mình. Với một phụ nữ vừa hồi sức sau một liệu pháp tim: "Cô có đói không? Tôi mang gì cho cô ăn nhé?"

"Gì cũng được," cô nói. "Tôi chết đói mất."

"À, tôm hùm và bít tết thì sao?" Ông nhấc điện thoại và gọi xuống trạm điều dưỡng. "Bệnh nhân của tôi cần tôm hùm và bít tết – ngay lập tức!" Quay trở lại cô, ông nói, kèm theo nụ cười: "Đang trên đường đến, nhưng nó có thể trông giống một cái bánh kẹp gà tây hơn đấy."

Sự kết nối dễ dàng giữa người với người mà ông tạo ra, niềm tin ông truyền dẫn vào bệnh nhân là nguồn cảm hứng đối với tôi.

Một bệnh nhân ba mươi lăm tuổi ngồi trên giường bệnh phòng chăm sóc đặc biệt, tia hoảng hốt ánh trên mặt cô. Cô đang đi mua quà sinh nhật cho em gái thì lên cơn động kinh. Bản scan cho thấy một khối u lành trên não đang tạo áp lực lên thùy trán phải. Nói theo rủi ro phòng mổ thì đấy là dạng khối u lành nhất, ở vị trí lý tưởng nhất; và một ca phẫu thuật chắc chắn có thể loại bỏ những cơn động kinh của cô. Một khả năng khác là cả đời sẽ phải gắn bó với thứ thuốc chống động kinh đầy độc tính. Nhưng tôi có thể thấy ý nghĩ về ca phẫu thuật não đang khiến cô khiếp đảm. Cô cô đơn trong chốn xa lạ, bị cuốn phăng đi khỏi những huyên náo quen thuộc nơi trung tâm mua sắm để tới phòng chăm sóc đặc biệt với những tiếng bíp và chuông reo kỳ quái cùng mùi thuốc khử trùng. Rất có khả năng cô sẽ từ chối phẫu thuật nếu tôi bắt đầu một bài diễn văn xa cách liệt kê tất cả những rủi ro và biến chứng. Tôi có thể làm vậy, nhập lại sự chối từ của cô vào bảng, coi như trách nhiệm của tôi đã hết và chuyển tới nhiệm vụ tiếp theo. Thay vì đó, với sự cho phép của cô, tôi mời gia đình cô đến và chúng tôi cùng nhau bình tĩnh thảo luận về những lựa chọn. Khi nói chuyện, tôi có thể thấy sự khủng khiếp về lựa chọn mà cô phải đối mặt đã thu nhỏ lại thành một quyết định khó khăn nhưng có thể chấp nhận được. Tôi đã gặp cô trong khoảng không gian mà cô là một con người chứ không phải một vấn đề cần giải quyết. Cô đã chọn phẫu thuật. Ca mổ tiến hành tốt đẹp. Cô về nhà ngay hai hôm sau và không bao giờ còn lên cơn động kinh nữa.

Bất kỳ một đau ốm nặng nào cũng làm thay đổi cuộc sống của bệnh nhân, thậm chí của cả gia đình họ. Nhưng các bệnh về não có thêm sự xa lạ của cái bí ẩn. Cái chết của cậu con trai thách thức cả vũ trụ vốn ngăn nắp của người làm cha mẹ. Còn gì có thể khó hiểu hơn khi một bệnh nhân chết não, nhưng cơ thể anh còn ấm, và trái tim còn đập? Cội nguồn của từ 'thảm họa' (disaster) mang nghĩa một vì sao đang nổ tung và không hình ảnh nào có thể diễn tả tốt hơn cái nhìn của bệnh nhân khi nghe chẩn đoán của bác sĩ phẫu thuật thần kinh. Đôi khi, cái tin gây sốc tâm trí tới mức bộ não phải chịu một cơn chập điện. Hiện tượng này gọi là hội chứng "tâm sinh", một phiên bản nặng hơn của cơn xúc động khi ai đó phải nghe tin dữ. Khi mẹ tôi đơn côi trong trường đại học và nghe tin bố của bà, người đã đấu tranh thắng lợi để giành được quyền giáo dục cho con gái mình tại vùng nông thôn Ấn Độ những năm 1960, đã qua đời sau một thời gian dài nhập viện, bà đã bị động kinh tâm sinh – duy trì cho tới khi bà về quê hương chịu tang. Một bệnh nhân của tôi, sau khi bị chẩn đoán mắc ung thư não, đã đột ngột rơi vào hôn mê. Tôi yêu cầu một chuỗi kiểm tra, chụp quét và điện não đồ EEG để tìm hiểu nguyên nhân mà không ra kết quả. Phép thử dứt điểm nhất là phép thử đơn giản nhất: tôi nâng cánh tay bệnh nhân lên trước mặt và thả xuống. Một người trong trạng thái hôn mê tâm sinh sẽ giữ lại đủ ý chí để tránh không tự đánh mình. Cách điều trị bao gồm việc nói chuyện theo kiểu trấn an cho tới khi ngôn từ của bạn kết nối và bệnh nhân thức tỉnh.

Ung thư não thường có hai loại: ung thư sơ cấp sinh ra trong não và loại di căn từ đâu đó trong cơ thể, thường là phổi. Phẫu thuật không chữa được bệnh, nhưng nó có thể kéo dài cuộc sống; đối với hầu hết mọi người, ung thư não hứa hẹn cái chết chỉ trong vòng một hoặc có thể hai năm là cùng. Bà Lee ở tuổi cuối ngũ tuần với đôi mắt màu xanh nhạt đã chuyển đến chỗ tôi hai ngày trước từ một bệnh viện gần nhà cách đây khoảng một trăm rưỡi cây số. Chồng bà, áo sơ mi kẻ sọc cài trong chiếc quần jean nhăn, đứng ngay cạnh giường đang bồn chồn sờ sờ nhẫn cưới trên tay. Tôi giới thiệu bản thân và ngồi xuống. Bà kể cho tôi nghe câu chuyện của mình: Vài ngày trước, bà cảm thấy chút tê tê ở tay phải, sau đó bắt đầu mất kiểm soát với nó đến độ không thể cài nổi cúc áo. Bà đến phòng cấp cứu địa phương, sợ rằng mình có thể bị đột quỵ. Bà được chụp cộng hưởng từ trường ở đó và được chuyển tới đây.

"Có ai nói với bà rằng bản chụp cho thấy điều gì không?" tôi hỏi.

"Không." Trách nhiệm bị đùn đẩy như vẫn thường làm đối với tin dữ. Đôi khi, chúng tôi phải tranh cãi với bác sĩ chuyên khoa ung thư xem ai là người nói ra. Bao nhiêu lần tôi đã làm vậy rồi? Tôi nhận ra, điều đó phải dừng lại.

"Thôi được," tôi nói. "Chúng ta có rất nhiều điều để nói. Nếu không ngại, bà có thể cho tôi biết bà hiểu chuyện gì đang xảy ra không? Điều này giúp tôi không bỏ sót bất kỳ điều gì cần giải thích."

"Tôi nghĩ tôi bị một cơn đột quỵ, nhưng tôi đoán là… không phải?"

"Vâng. Bà không bị đột quỵ." Tôi dừng lại. Tôi có thể thấy một vực thẳm mênh mông giữa cuộc sống bà có tuần trước đó và cuộc sống bà chuẩn bị bước vào. Bà và chồng bà dường như không sẵn lòng nghe về ung thư não – có ai cơ chứ? – do đó tôi bắt đầu lui lại vài bước. "Ảnh chụp cộng hưởng từ cho thấy một khối chất trong não dẫn đến những triệu chứng của bà."

Im lặng.

"Bà có muốn xem ảnh chụp không?"

"Có."

Tôi chiếu những tấm ảnh lên màn hình cạnh giường, chỉ rõ đâu là mũi, mặt và tai để hướng dẫn bà. Sau đó tôi kéo lên khối u, một vòng trắng gợn bao quanh tâm chết màu đen.

"Đó là gì?" bà hỏi.

Bất kỳ cái gì. Có thể là một chứng nhiễm khuẩn. Chúng ta không biết cho đến sau phẫu thuật.

Tôi vẫn giữ nguyên ý định đánh lạc hướng câu hỏi, để mặc những lo lắng hiển nhiên lơ lửng trong đầu họ được cởi bỏ.

"Chúng ta không biết chắc cho tới sau phẫu thuật." Tôi bắt đầu, "nhưng trông nó có vẻ như là một khối u não."

"Có phải là ung thư không?"

"Phải nói lại là chúng ta không biết chắc chắn cho tới khi nó được cắt bỏ và xem xét bởi các nhà bệnh lý học, nhưng nếu buộc phải đoán thì tôi nghĩ là đúng."

Dựa trên ảnh chụp, không còn nghi ngờ gì rằng đây là u nguyên bào thần kinh đệm – một dạng ung thư não tăng triển, loại ác tính nhất. Dù vậy tôi hành động một cách nhẹ nhàng, thăm dò thái độ từ bà Lee và chồng bà. Nếu nhắc đến khả năng ung thư não, tôi không nghĩ rằng họ còn có thể nghe thêm điều gì khác. Một nồi súp bi kịch tốt nhất nên được chia phần ra bằng thìa. Chỉ rất ít bệnh nhân muốn cả một nồi cùng một lúc, đa số cần thời gian để tiêu hóa. Họ không hỏi về chẩn đoán – không giống như đối với chấn thương khi bạn chỉ có mười phút để giải thích và đưa ra các quyết định quan trọng, tại đây tôi chỉ có thể để mọi việc ổn định. Tôi thảo luận chi tiết những gì đang chờ đợi trong vài ngày kế tiếp; ca phẫu thuật đòi hỏi điều gì; chúng tôi sẽ chỉ cạo một dải nhỏ trên đầu bà ra sao để trông mái tóc vẫn đẹp; tay bà sẽ yếu hơn một chút sau ca mổ nhưng rồi sẽ khỏe lại thế nào; rằng đây chỉ là bước đầu tiên trong cuộc đua marathon; rằng nghỉ ngơi là quan trọng; và rằng tôi không trông chờ họ phải ghi nhớ những gì tôi vừa nói và chúng tôi sẽ nói lại mọi chuyện đó một lần nữa.

Sau ca phẫu thuật, chúng tôi lại nói chuyện, lần này thảo luận về hóa trị, xạ trị và những dự đoán về tiến triển bệnh. Tại thời điểm này, tôi đã học được vài nguyên tắc cơ bản. Thứ nhất, thống kê cụ thể là dành cho việc nghiên cứu chứ không phải trong phòng bệnh. Một thống kê chuẩn – đường cong Kaplan-Meier – biểu thị số bệnh nhân còn sống theo thời gian. Nó là thước đo để chúng tôi đánh giá quá trình tiến triển bệnh, qua đó chúng tôi hiểu được sự ác liệt của một căn bệnh nào đó. Với u nguyên bào thần kinh đệm, đường cong sụt dốc mạnh cho đến khi chỉ còn khoảng 5% bệnh nhân sống sót sau hai năm. Thứ hai, đưa thông tin chính xác là một điều quan trọng, nhưng luôn cần để lại một khoảng không gian cho hy vọng. Thay vì nói, "thời gian sống trung bình là mười một tháng," hay "Bà có chín mươi lăm phần trăm khả năng ra đi trong vòng hai năm," tôi sẽ nói, "Hầu hết bệnh nhân sống nhiều tháng cho đến đôi năm." Đối với tôi, đây là mô tả thành thật hơn. Vấn đề là bạn không thể nói với một cá nhân nào đó rằng họ ở đâu trên đường cong: bà ta sẽ chết trong vòng sáu hay sáu mươi tháng? Tôi tin rằng thật là vô trách nhiệm khi tỏ ra chính xác một cách máy móc hơn mức cần thiết. Những ngụy bác sĩ đưa ra các con số cụ thể ("Bác sĩ nói tôi chỉ còn sống được sáu tháng."): họ là ai, tôi tự hỏi, và ai dạy họ môn thống kê?

Khi nghe tin, bệnh nhân đa phần giữ im lặng. (Suy cho cùng, một trong những ý nghĩa nguyên sơ của từ 'bệnh nhân' (*patient*) là kiên nhẫn – ý chỉ "những người cam chịu khó khăn mà không than văn.") Cho dù vì lòng tự trọng hay do choáng váng, sự im lặng thường chế ngự; và do đó nắm chặt tay bệnh nhân trở thành một phương pháp giao tiếp hiệu quả. Một vài người sẽ trở nên cứng rắn ngay lập tức (thường là vợ/chồng bệnh nhân chứ không phải chính họ): "Bác sĩ, chúng tôi sẽ quyết đấu và chiến thắng nó." Vũ khí chiến đấu khá đa dạng, từ những cầu nguyện, đầu tư tiền bạc, cho đến thảo dược hay tế bào gốc. Đối với tôi, sự cứng rắn đó luôn có vẻ mong manh. Sự lạc quan phi thực tế thường là lựa chọn duy nhất thay cho nỗi tuyệt vọng đến nát lòng. Ở mọi trường hợp, trong tính cấp bách của phẫu thuật thì thái độ hiếu chiến đó là hợp lý. Tại phòng mổ, khối u tối xám dường như là một kẻ xâm lược trong những nếp cuộn hồng hào của não bộ và tôi cảm thấy được sự đe dọa thực sự (*Bắt được mày rồi, đồ khốn kiếp*, tôi lẩm bẩm.) Cắt bỏ được khối u đem lại sự thỏa mãn – ngay cả khi tôi biết rằng những tế bào ung thư tí xíu đã phân tán ra khắp bộ não nhìn có vẻ khỏe mạnh. Việc tái phát, dù gần như không thể tránh khỏi, là vấn đề của một ngày khác. "Chỉ từng thìa từng thìa một." Sự cởi mở trong tính chất quan hệ của con người không có nghĩa là để lộ ra mọi sự thật lớn lao đằng sau hậu cung mà có nghĩa là gặp gỡ bệnh nhân tại vị trí của họ, trong điện chính, và mang họ càng xa càng tốt.

Dù vậy, sự cởi mở đối với tính quan hệ của con người cũng có giá của nó.

Một buổi tối năm thứ ba, tôi vô tình gặp Jeff, cậu bạn trong khoa Ngoại tổng quát, một chuyên khoa cũng nặng nề và căng thẳng tương tự. Chúng tôi đều nhìn ra sự chán nản của nhau. "Cậu trước đi," cậu ta nói. Tôi mô tả về cái chết của một cậu nhóc bị bắn vào đầu chỉ vì đi nhầm màu giày, cậu nhóc đã suýt chiến thắng… Giữa nhan nhản những khối u não không thể phẫu thuật và cứu sống gần đây, hy vọng của tôi đặt vào cậu bé, nhưng cậu đã không qua khỏi. Jeff trầm ngâm, tôi chờ đợi câu chuyện của anh. Thay vì vậy anh cười lớn, đấm vào tay tôi và nói, "Tớ nghĩ tớ đã học được một điều: nếu có lúc nào đó nản lòng về công việc, ít ra tớ luôn có thể nói chuyện với một tay bác sĩ phẫu thuật để làm mình vui lên."

Lái xe về nhà trong đêm muộn hôm đó, sau khi nhẹ nhàng giải thích với một bà mẹ mới sinh rằng đứa bé đã chào đời mà không có não và sẽ sớm ra đi sau đó, tôi bật đài lên; NPR đang đưa tin về đợt hạn hán liên tục ở California. Đột nhiên, nước mắt tôi tuôn trào trên mặt.

Ở bên bệnh nhân trong những khoảnh khắc như vậy hiển nhiên có cái giá về mặt cảm xúc nhưng nó cũng đem lại phần thưởng nhất định. Tôi không cho rằng mình đã từng có khi nào dành ra lấy một phút để tự hỏi tại sao tôi làm những việc này, hay liệu nó có xứng đáng hay không. Tiếng gọi bảo vệ cuộc sống – và không chỉ là cuộc sống mà còn là nhân diện, và có lẽ cũng không quá lời khi nói tâm hồn của ai đó – là một điều hiển nhiên trong sự thiêng liêng của nó.

Trước mỗi ca mổ não, tôi nhận ra mình cần phải hiểu được trí óc của từng bệnh nhân: nhân diện, những giá trị, điều gì khiến cuộc đời anh ta đáng sống và sự phá hủy nào có thể khiến cái chết trở thành việc hợp lẽ. Cái giá của sự cống hiến của tôi cho thành công là rất lớn và những thất bại không thể tránh thường mang đến cho tôi sự áy náy khó mà chịu đựng nổi. Những gánh nặng đó là điều khiến y học trở nên thần thánh và hoàn toàn bất khả: khi nâng đỡ sự khốn cùng của ai đó, có đôi khi ta buộc phải sụp đổ dưới sức nặng của nó.

Giữa kỳ thực tập nội trú, chúng tôi dành riêng thời gian cho quá trình đào tạo bổ sung. Có lẽ chỉ duy nhất trong y học, đặc tính của ngành phẫu thuật thần kinh – về việc phải xuất sắc trong mọi sự – đồng nghĩa với việc chỉ xuất sắc trong phẫu thuật thần kinh thôi là chưa đủ. Để có thể gánh vác lĩnh vực này, các bác sĩ phẫu thuật thần kinh cần mạo hiểm hơn nữa và xuất sắc trong nhiều lĩnh vực khác. Đôi khi là bước ra ngoài xã hội, như trong trường hợp của bác sĩ phẫu thuật thần kinh kiêm nhà báo Sanjay Gupta, còn thì hầu hết các bác sĩ tập trung vào các ngành liên quan. Con đường khắc nghiệt mà cũng vinh quang nhất đó là trở thành bác sĩ phẫu thuật thần kinh kiêm nhà thần kinh học.

Trong năm thứ tư, tôi bắt đầu làm việc ở phòng thí nghiệm Stanford, chuyên sâu vào lĩnh vực khoa học thần kinh vận động cơ bản nhất và sự phát triển của công nghệ bộ phận giả trong thần kinh, điều này cho phép những bệnh nhân bị tê liệt có thể điều khiển một đai gạt máy tính hay cánh tay robot bằng trí não. Đứng đầu phòng nghiên cứu là một giáo sư trong ngành kỹ sư điện và sinh học thần kinh, một người

Ấn thế hệ thứ hai, thường được mọi người gọi là "V" một cách trìu mến. V hơn tôi bảy tuổi nhưng chúng tôi coi nhau như đồng hữu. Phòng nghiên cứu của anh đã dẫn đầu trên thế giới về khả năng đọc các tín hiệu tới não. Suy cho cùng, nếu cánh tay robot của bạn không thể cảm nhận được việc nó đang cầm ly rượu mạnh thế nào, bạn sẽ bóp vỡ rất nhiều ly. Tuy vậy, ứng dụng của việc viết các tín hiệu đi vào não hay "neuromodulation (điều biến thần kinh)" còn rộng hơn thế nhiều: khả năng điều khiển sự phóng điện (phát xung) thần kinh sẽ cho phép chữa trị một lượng lớn các căn bệnh tâm thần và thần kinh không thể chữa hoặc khó chữa hiện nay, từ rối loạn trầm cảm cho đến bệnh Huntington, tâm thần phân liệt, Tourette cho tới OCD (rối loạn ám ảnh cưỡng chế)… những khả năng là vô hạn. Dẹp phẫu thuật sang một bên, tôi giờ đây bắt tay vào học cách áp dụng những kỹ thuật mới này trong liệu pháp gien trong một loạt những thí nghiệm "lần đầu tiên có mặt trên đời."

Sau khi đã ở phòng nghiên cứu khoảng một năm, V và tôi gặp nhau trong một buổi nói chuyện hằng tuần. Tôi đã dần yêu thích những cuộc nói chuyện thế này. V không giống như những nhà khoa học mà tôi biết. Anh nhỏ nhẹ và quan tâm sâu sắc đến con người và những nghĩa vụ lâm sàng, anh thường thú nhận với tôi rằng bản thân anh cũng rất mong muốn trở thành một bác sĩ phẫu thuật thần kinh. Tôi đã học được rằng, khoa học cũng là một nghề nghiệp đầy tính chính trị, cạnh tranh và ác liệt như bất kỳ một ngành nghề nào khác mà bạn thấy, chứa đầy cám dỗ khiến người ta kiếm tìm những con đường dễ đi.

Ai đó có thể tin tưởng việc V luôn luôn chọn con đường trung thực (và thường là khiêm nhường) ở phía trước. Trong khi hầu hết các nhà khoa học thường thông đồng để cho ra các bài báo trong các tờ tạp chí danh tiếng nhất và trở nên nổi tiếng, V duy trì quan điểm rằng bổn phận duy nhất của chúng ta là thành thực đối với câu chuyện khoa học và kể nó ra một cách không thỏa hiệp. Tôi chưa từng gặp một ai rất thành công mà đồng thời luôn giữ vững cam kết với cái tốt đẹp. V là một con người mẫu mực thực sự.

Thay vì mỉm cười khi tôi ngồi xuống đối diện với anh, anh trông có vẻ khổ sở. Anh thở dài và nói, "Tôi cần anh đội chiếc mũ bác sĩ của mình vào ngay bây giờ."

"Được." .

"Họ nói tôi bị ung thư tuyến tụy."

"V…vậy ư. Kể cho tôi nghe đi."

Anh liệt kê tình trạng sụt cân dần dần, khó tiêu và bản chụp CT "để phòng" gần đây của mình – một quy trình thực sự phi chuẩn mực tại thời điểm này – đã cho thấy một khối chất ở tụy. Chúng tôi thảo luận con đường phía trước: ca phẫu thuật Whipple đáng sợ trong tương lai gần ("Anh sẽ cảm thấy như bị xe tải tông vậy," tôi nói); ai là nhà phẫu thuật tốt nhất; những tác động của căn bệnh này tới vợ con anh; và làm thế nào để duy trì phòng nghiên cứu trong quá trình vắng mặt kéo dài. Ung thư tụy có một tiên lượng ảm đạm nhưng dĩ nhiên không ai biết điều này đối với V có ý nghĩa như thế nào.

Anh ngừng lại và nói, "Paul, cậu có nghĩ cuộc đời tôi có ý nghĩa gì không? Liệu tôi có lựa chọn đúng?"

Điều này thật choáng váng: ngay cả một người mà tôi vẫn luôn coi là hình mẫu đạo đức cũng đưa ra những câu hỏi thế này khi phải đối mặt với cái chết.

Ca phẫu thuật của V, hóa trị và xạ trị đều rất khó khăn nhưng đã thành công. Anh quay trở lại công việc một năm sau đó, cùng lúc tôi quay trở lại với các nghĩa vụ lâm sàng của mình ở bệnh viện. Tóc anh thưa và trắng đi nhiều, tia sáng trong mắt anh cũng tối đi. Trong buổi gặp mặt hằng tuần cuối cùng của chúng tôi, anh quay sang tôi và nói, "Cậu biết đấy, ngày hôm nay là ngày đầu tiên mà mọi chuyện đều cảm thấy thật xứng đáng. Ý tôi là, dĩ nhiên là, vì các con, tôi luôn có thể làm mọi thứ, nhưng hôm nay là ngày đầu tiên mà mọi thống khổ chịu đựng đều trở nên xứng đáng."

Những điều các bác sĩ hiểu được về cái địa ngục mà chúng tôi đặt bệnh nhân vào mới ít ỏi làm sao.

Trong năm thứ sáu, tôi trở lại bệnh viện và làm toàn thời gian. Nghiên cứu của tôi ở phòng thí nghiệm của V giờ chuyển thành những ngày với những khoảnh khắc nghỉ ngơi và nhàn rỗi như vẫn vậy. Hầu hết mọi người, thậm chí là những đồng nghiệp gần gũi nhất của bạn cũng không thể hiểu nổi cái lỗ đen gọi là bác sĩ nội trú phẫu thuật thần kinh. Một trong những y tá yêu thích của tôi sau khi ở lại đến mười giờ đêm để giúp chúng tôi kết thúc một ca khó và dài đã nói: "Ơn Chúa ngày mai là ngày nghỉ. Anh cũng vậy hả?"

"Ừm, không."

"Nhưng ít ra anh có thể đến muộn chút hay gì đó chứ? Thường anh đến lúc mấy giờ?"

"Sáu giờ sáng."

"Không đời nào?"

"Thật thế đấy."

"Ngày nào cũng thế sao?"

"Ngày nào cũng vậy."

"Cả cuối tuần?"

"Đừng hỏi nữa."

Trong giới nội trú chúng tôi lưu truyền câu: "Ngày thì dài, nhưng năm thì ngắn."

Đối với bác sĩ nội trú phẫu thuật thần kinh, một ngày thường bắt đầu lúc sáu giờ sáng và kéo dài cho đến khi ca mổ kết thúc, điều này phụ thuộc một phần vào việc anh nhanh nhẹn thế nào trong phòng mổ.

Kỹ năng mổ của một bác sĩ nội trú được đánh giá bằng kỹ thuật và tốc độ của anh ta. Bạn không thể lóng ngóng, bạn không thể chậm chạp. Kể từ lúc đóng kín lại vết thương đầu tiên, bạn dành quá nhiều thời gian để làm các công đoạn chính xác, kỹ thuật viên phòng mổ sẽ tuyên bố, "Kiểu như chúng ta có một nhà phẫu thuật thẩm mỹ ở đây vậy!" Hay "Tôi hiểu chiến thuật của anh rồi: đến khi anh khâu xong nửa trên của vết thương, thì nửa dưới đã kịp tự đóng lại! Một công đôi việc – thật thông minh!" Bác sĩ chính thường khuyên người mới rằng, "Học cách làm nhanh trước đã, rồi học cách làm tốt sau." Trong phòng mổ, ánh mắt mọi người luôn hướng về cái đồng hồ. Vì bệnh nhân: anh ấy đã được gây mê bao lâu rồi? Trong những ca mổ dài, các tế bào thần kinh có thể bị tổn thương, cơ bắp có thể bị hư hỏng và thận có thể suy. Vì tất cả mọi người: Bao giờ chúng ta mới có thể ra khỏi nơi này đêm nay?

Tôi có thể thấy là có hai chiến thuật để cắt ngắn thời gian, có lẽ được minh họa rõ nhất bằng câu chuyện Rùa và Thỏ. Thỏ chạy nhanh hết sức có thể, tay thoăn thoắt nhìn không ra, dụng cụ loảng xoảng rơi xuống đất; lớp da cắt mở như một bức rèm, nắp sọ nằm trên khay ngay trước khi bụi xương kịp yên. Kết quả là vết mổ có thể cần mở thêm một centimet đâu đó bởi nó chưa được đặt một cách tối ưu. Đối lập với Thỏ, Rùa tiến hành cẩn trọng, không một cử động thừa thãi, đo hai lần, cắt một lần. Không một bước nào trong ca mổ cần xem lại; mọi sự diễn tiến theo một phong cách chính xác và ngay ngắn. Nếu như Thỏ tạo quá nhiều lỗi sai nhỏ và liên tục phải điều chỉnh, Rùa thắng. Nhưng nếu Rùa dành quá nhiều thời gian lên kế hoạch cho từng bước, Thỏ thắng.

Điều thú vị về thời gian trong phòng mổ đó là dù bạn có chạy đua một cách điên cuồng hay tiến hành từ tốn, bạn đều không có cảm giác nó đang trôi đi. Nếu, như Heidegger lập luận, sự nhàm chán chính là việc nhận thức được thời gian đang trôi, thì một ca mổ đem đến cảm giác trái ngược: sự chú tâm cao độ khiến vị trí kim đồng hồ tưởng chừng luôn ngẫu nhiên. Hai giờ có thể cảm giác như một phút. Chỉ khi sợi chỉ cuối cùng vào vị trí và vết thương được đặt gạc, thời gian mới bình thường trở lại. Bạn gần như có thể nghe thấy một tiếng gió rít bên tai. Sau đó bạn bắt đầu tự hỏi: Mất bao lâu bệnh nhân mới tỉnh lại? Bao lâu thì ca kế tiếp được đẩy vào? Và mấy giờ tôi mới có thể về nhà tối nay?

Mãi tận đến khi ca mổ cuối cùng kết thúc tôi mới có thể cảm nhận được độ dài của một ngày và sự nặng nề trong bước chân tôi. Mấy thủ tục hành chính cuối cùng trước khi rời khỏi bệnh viện cảm giác như chiếc đe hạ xuống.

Không đợi đến ngày mai được hay sao chứ?

Không.

Thở dài, và Trái Đất tiếp tục quay về phía Mặt Trời.

Là bác sĩ nội trú chính, hầu hết mọi trách nhiệm đều đặt trên vai tôi và những cơ hội thành công – hay thất bại – đều lớn hơn bao giờ hết. Nỗi đau thất bại đã khiến tôi hiểu được rằng sự xuất sắc về mặt kỹ thuật là một đòi hỏi về mặt *đạo đức*. Thành ý tốt là chưa đủ, đặc biệt khi quá nhiều thứ phụ thuộc vào kỹ năng của tôi, khi sự khác biệt giữa thảm kịch và chiến thắng được định hình bởi chỉ một hay hai milimet.

Một ngày, Matthew, cậu bé bị u não đã từng làm cả khu phòng bệnh yêu mến vài năm trước tái nhập viện. Vùng dưới đồi của cậu hóa ra đã bị tổn thương một chút trong cuộc phẫu thuật cắt bỏ khối u não ngày đó. Cậu bé tám tuổi dễ mến giờ là một tên quỷ mười hai tuổi. Cậu bé không ngừng ăn; cậu đánh đấm hung bạo. Cánh tay mẹ cậu đầy những vết sẹo cào bầm tím. Cuối cùng, Matthew bị nhốt lại: cậu bé đã trở thành một con ác ma, chỉ do một milimet tổn thương. Đối với mỗi ca phẫu thuật, gia đình và bác sĩ phẫu thuật thường cùng nhau xác quyết rằng lợi ích vượt trên những rủi ro, nhưng điều này vẫn thật đau lòng. Không ai muốn nghĩ về việc Matthew sẽ như thế nào khi trở thành một cậu bé hai mươi tuổi nặng tới hơn 140 kg.

Một bữa khác, tôi đặt một điện cực sâu chín centimet trong não bệnh nhân để chữa chứng run rẩy của bệnh Parkinson. Mục tiêu là nhân dưới đồi, một cấu trúc hình hạnh nhân nhỏ xíu nằm sâu trong não. Những phần khác nhau của nó phục vụ các chức năng khác nhau: vận động, nhận thức, cảm xúc. Trong phòng mổ, chúng tôi bật dòng điện để đánh giá cơn run. Dồn tất cả ánh mắt lên tay trái bệnh nhân, chúng tôi thống nhất rằng chứng run đã khá hơn.

Khi đó, tiếng bệnh nhân vang lên, đầy bối rối trong những tiếng thầm thì khẳng định của chúng tôi:

"Tôi cảm thấy… buồn quá."

"Ngắt điện."

"Ồ, cảm giác đó qua rồi," bệnh nhân nói.

"Chúng ta sẽ kiểm tra lại dòng điện và trở kháng. Được chưa. Điện vào…"

"Không, mọi thứ… *Buồn* quá. Chỉ có tối tăm và, và… buồn thảm."

"Tháo điện cực."

Chúng tôi kéo điện cực ra và gắn lại, lần này dịch hai milimet về bên phải. Chứng run biến mất. Thật may mắn, bệnh nhân cảm thấy ổn.

Rồi một lần, tôi cùng một trong các bác sĩ trực đang thực hiện ca tối muộn, một ca phẫu thuật mở hộp sọ dưới chẩm điều trị dị dạng cuống não. Đó là một trong những ca mổ tinh vi nhất, có lẽ là ở phần khó nhất trên cơ thể – tới được đó rất phức tạp bất kể là bạn có kinh nghiệm cỡ nào. Nhưng đêm đó, tôi thấy thực linh hoạt: các dụng cụ dường như một phần trên ngón tay tôi; da, cơ, và xương tự mở ra; và tôi ở đó, nhìn chằm chằm vào chỗ phình lấp lánh vàng, một khối chất nằm sâu trên cuống não. Đột nhiên, bác sĩ trực dừng tôi lại.

"Paul, điều gì sẽ xảy ra nếu anh cắt sâu thêm hai milimet dưới đây?" anh chỉ.

Những slide bài giảng về giải phẫu học thần kinh vù vù trong đầu tôi.

"Chứng song thị à?"

"Không," anh nói. "Hội chứng khóa trong." Thêm hai milimet, và bệnh nhân sẽ tê liệt vĩnh viễn, riêng khả năng nháy mắt được giữ lại. Anh không nhìn vào kính hiển vi. "Tôi biết điều này là bởi vì lần thứ ba thực hiện ca phẫu thuật này, đó chính xác là điều đã xảy ra."

Phẫu thuật thần kinh đòi hỏi sự cam kết đối với tài năng của một người và sự cam kết đối với nhân diện của một người khác. Quyết định tiến hành phẫu thuật hay không bao gồm việc đánh giá khả năng của một ai đó, cũng như ý thức sâu sắc của người đó về bệnh nhân và những gì họ coi trọng. Có những vùng não bộ được coi là bất khả xâm phạm như vỏ não vận động sơ cấp, làm tổn thương nó có thể dẫn đến chứng bại liệt vùng cơ thể bị ảnh hưởng. Nhưng những vùng bất khả xâm phạm nhất của vỏ não phải là những vùng kiểm soát ngôn ngữ. Chúng thường nằm ở bên trái, và được gọi là vùng Wernicke và vùng Broca: vùng Wernicke là để hiểu ngôn ngữ và vùng Broca là để tạo ra ngôn ngữ. Tổn thương vùng Broca dẫn đến mất khả năng nói hoặc viết, cho dù bệnh nhân có thể hiểu nó một cách dễ dàng. Tổn thương vùng Wernicke dẫn đến mất khả năng hiểu ngôn ngữ; và cho dù bệnh nhân vẫn có thể nói, thứ ngôn ngữ họ tạo ra chỉ là một chuỗi những từ, cụm từ, và hình ảnh rời rạc, một thứ ngữ pháp không có ngữ nghĩa. Nếu cả hai vùng đều bị tổn thương, bệnh nhân bị cô lập hoàn toàn, một điều trọng tâm trong bản chất loài người bị đánh cắp vĩnh viễn. Sau khi ai đó trải qua một chấn thương đầu hay một cơn đột quỵ, sự phá hủy ở những vùng này thường ngăn cản động cơ cứu người của các bác sĩ phẫu thuật: Dạng cuộc đời nào mà lại tồn tại khi không có ngôn ngữ cơ chứ?

Thuở tôi còn là sinh viên Y, bệnh nhân đầu tiên mà tôi gặp với vấn đề này là một người đàn ông sáu mươi hai tuổi bị u não. Chúng tôi bước vào phòng ông trong một ca trực sáng và bác sĩ nội trú hỏi ông, "Ông Michaels, hôm nay ông thấy thế nào?"

"Bốn sáu một tám mười chín!" ông trả lời, khá lịch sự.

Khối u đã làm gián đoạn mạch ngôn ngữ nói của ông, do vậy ông chỉ có thể phát ngôn ra những dãy số, nhưng ông vẫn còn ngôn điệu, ông vẫn có thể biểu lộ cảm xúc: cười, cau có, thở dài. Ông liệt kê ra một chuỗi số khác, lần này cấp bách hơn. Có điều gì đó ông muốn nói với chúng tôi, nhưng những con số chẳng mang lại gì ngoài sự sợ hãi và tức giận. Cả nhóm chuẩn bị rời phòng; vì lý do gì đó tôi nán lại.

"Mười bốn một hai tám," ông cầu xin, níu lấy tay tôi. "Mười bốn một hai tám."

"Tôi xin lỗi."

"Mười bốn một hai tám," ông nói đầy thê lương, nhìn thẳng vào mắt tôi.

Và rồi tôi rời phòng để theo kịp nhóm. Ông chết sau vài tháng, được chôn theo với thông điệp gì đó ông dành cho thế giới.

Khi khối u hay sự dị dạng nào đó tiếp giáp với những vùng ngôn ngữ này, các bác sĩ phẫu thuật phải rất thận trọng, họ yêu cầu một loạt những ảnh chụp quét khác nhau, một cuộc kiểm tra tâm lý học thần kinh kỹ lưỡng. Dù vậy, ca mổ phải được thực hiện trong lúc bệnh nhân còn tỉnh táo và nói chuyện. Khi bộ não được phô ra, trước lúc khối u bị cắt bỏ, bác sĩ phẫu thuật sử dụng một điện cực đầu tròn cầm tay để đưa dòng điện tới vùng nhỏ của vỏ não trong khi bệnh nhân vẫn thực hiện những nhiệm vụ bằng lời như nói tên các vật thể, đọc bảng chữ cái, vân vân. Khi điện cực đưa dòng điện tới vùng có tính quyết định của vỏ não, nó phá gẫy lời nói của bệnh nhân: "A B C D E gừ gừ gừ rrrrr... F G H I..." Nhờ đó bộ não và khối u được định vị để xác định phần nào có thể cắt bỏ an toàn, và bệnh nhân được giữ tỉnh táo trong toàn bộ quá trình bằng việc luôn được giữ cho bận rộn với một tổ hợp những nhiệm vụ bằng lời và các mẩu chuyện nhỏ.

Một buổi tối, khi đang chuẩn bị cho một trong những ca như vậy, tôi xem lại hình chụp cộng hưởng từ MRI của bệnh nhân và nhận thấy khối u đã hoàn toàn bao phủ các vùng ngôn ngữ. Không phải là dấu hiệu tốt. Xem xét lại những ghi chú, hội đồng ung thư của bệnh viện – một nhóm những chuyên gia về phẫu thuật, u bướu, chẩn đoán hình ảnh, và bệnh lý học – đều cho rằng đây là ca nếu mổ thì quá nguy hiểm. *Một bác sĩ phẫu thuật đâu thể có lựa chọn tiếp tục?* Tôi có chút phẫn nộ: ở một vài thời điểm nào đó, công việc của chúng tôi là nói "Không". Bệnh nhân được đẩy xe lăn vào phòng. Anh nhìn chăm chú vào tôi và chỉ vào đầu: "Tôi muốn cái thứ khốn kiếp này ra khỏi đầu. Được chứ?"

Bác sĩ trực bước tới và thấy biểu cảm trên khuôn mặt tôi. "Tôi biết," anh nói. "Tôi đã cố gàn anh ta về chuyện này trong suốt hai giờ. Đừng để tâm. Anh sẵn sàng rồi chứ?"

Thay vì liệt kê bảng chữ cái hay đếm số như thường lệ, chúng tôi được phục vụ bằng một "bài kinh" đầy tục tĩu và hối thúc.

"Cái thứ khốn nạn đó ra khỏi đầu tôi chưa đấy? Sao các anh chậm lại thế? Làm nhanh lên! Tôi muốn nó ra ngay. Tôi không thể ở đây nguyên cái ngày khốn nạn này. Tôi không quan tâm, cho nó ra đi."

Tôi chậm chạp loại bỏ khối u lớn, chú tâm vào bất kỳ một dấu hiệu nhỏ nào cho thấy trở ngại về ngôn ngữ. Trong màn độc thoại không ngơi nghỉ của bệnh nhân, khối u đã nằm trên đĩa petri, bộ não sạch bóng ánh tia lập lòa.

"Sao anh dừng lại? Cái đồ khốn kiếp nhà anh? Tôi đã bảo tôi muốn thứ khốn nạn đó ra cơ mà?"

"Xong rồi," tôi nói. "Nó ra rồi."

Làm sao mà anh ta vẫn có thể nói được? Với kích cỡ và vị trí của khối u, điều đó dường như bất khả. Những lời tục tĩu có vẻ như chạy theo một dòng mạch khác trong vùng ngôn ngữ. Cũng có lẽ khối u đã khiến bộ não anh ta liên kết lại mạch thần kinh bằng cách nào đó…

Mà hộp sọ không thể tự đóng lại được. Vẫn còn cả ngày mai cho việc suy đoán này nọ.

Tôi đã đi tới đỉnh cao của kỳ nội trú. Tôi nắm thành thạo những ca phẫu thuật cốt lõi. Nghiên cứu của tôi thu được các giải thưởng cao quý nhất. Công việc chảy về từ khắp mọi nơi trên cả nước. Stanford có một vị trí trùng khớp với mối quan tâm của tôi, cho một bác sĩ phẫu thuật kiêm nhà khoa học thần kinh tập trung vào các kỹ thuật điều biến thần kinh. Một trong những bác sĩ nội trú trẻ đến gặp tôi và nói: "Tôi vừa nghe tin từ các sếp – nếu họ thuê anh, anh sẽ là hướng dẫn chuyên ngành của tôi đấy."

"Suytttt.." tôi nói. "Nói trước bước không qua."

Tôi cảm thấy như thể những mạch đơn lẻ về sinh học, đạo đức, cuộc sống và cái chết cuối cùng cũng đã bắt đầu đan quyện vào nhau, nếu không phải thành một hệ thống đạo đức hoàn hảo thì cũng là một thế giới quan rõ ràng mạch lạc, và tôi cảm nhận được vị trí của mình trong đó. Bác sĩ làm việc trong những lĩnh vực đòi hỏi trách nhiệm cao gặp gỡ bệnh nhân tại các khoảnh khắc cong vênh, những khoảnh khắc chân thật nhất, nơi sự sống và nhân diện bị đe dọa; nhiệm vụ của họ bao gồm việc hiểu được điều gì khiến cuộc đời của một bệnh nhân nào đó đáng sống, và có kế hoạch cứu giữ những điều đó nếu có thể – hoặc nếu không thể thì chấp nhận một cái chết bình an. Quyền lực đó đòi hỏi một trách nhiệm sâu sắc, đi kèm với tội lỗi và sự cáo buộc lẫn nhau.

Điện thoại reo khi tôi đang dự hội thảo ở San Diego. Là bác sĩ đồng nội trú, Victoria.

"Paul?"

Có gì đó không hay rồi. Bụng tôi quặn lại.

"Có chuyện gì vậy?" tôi nói.

Im lặng.

"Vic?"

"Là Jeff. Anh ấy tự sát rồi."

"Cái gì?"

Jeff đang chuẩn bị kết thúc học bổng ngoại khoa ở Midwest và cả hai chúng tôi đều bận rộn đến kiệt sức... chúng tôi mất liên lạc. Tôi cố gắng gợi lại lần nói chuyện cuối mà không thể.

"Anh ấy – anh ấy đã gặp biến chứng rắc rối và bệnh nhân chết. Đêm qua anh ấy trèo lên nóc một tòa nhà và nhảy xuống. Tôi không biết gì thêm."

Tôi cố tìm ra một vấn đề nào đó để làm sáng tỏ vấn đề. Không có gì. Tôi chỉ có thể tưởng tượng ra thứ cảm giác tội lỗi lấn át, như một con sóng thủy triều, đã nâng anh lên và tung anh ra khỏi tòa nhà đó.

Tôi ước ao, một cách tuyệt vọng, rằng tôi đã có thể bước cùng anh ra khỏi cửa bệnh viện đêm đó. Tôi ước chúng tôi có thể thương xót lẫn nhau như trước kia. Tôi ước tôi có thể nói với Jeff những gì tôi đã hiểu về cuộc đời và những lựa chọn của chúng tôi về cuộc đời, chỉ để lắng nghe những lời khuyên khôn ngoan của anh. Cái chết đến với tất cả chúng ta. Đến với chúng ta, với bệnh nhân của chúng ta: đó là định mệnh của chúng ta, những cơ thể sống. Hầu hết cuộc đời đang sống với sự thụ động về cái chết – đó là điều xảy đến với bạn và những người xung quanh bạn. Nhưng Jeff và tôi đã được đào tạo nhiều năm để có thể chủ động giao chiến với cái chết, để vật lộn với nó, như Jacob vật lộn với thiên sứ[1], và trong khi làm việc đó, trực diện với ý nghĩa của cuộc đời. Chúng tôi mang trên mình một cái ách nặng nề về trách nhiệm trọng đại. Cuộc sống của bệnh nhân và nhân diện của họ có thể nằm trong tay chúng tôi, song cái chết sẽ luôn chiến thắng. Cho dù bạn có hoàn hảo, nhưng nhân gian thì không. Bí kíp là bạn biết rằng cuộc đời đã chơi gian, rằng bạn rồi sẽ thua, rằng đôi tay hay phán đoán của bạn sẽ sơ sẩy và dù vậy vẫn cần phải vật lộn để giành chiến thắng cho bệnh nhân của mình. Bạn không bao giờ có thể đạt được sự hoàn hảo, nhưng bạn có thể tin vào đường tiệm cận của những gì mình không ngừng hướng tới.

---

1. Được kể trong sách Sáng thế 32:22-32 và Ô-sê 12:4.

PHẦN II

KHÔNG DỪNG CHO TỚI CHẾT

Nếu tôi là một nhà văn, tôi sẽ biên soạn một cuốn sổ sinh tử, kèm theo một dòng ghi chú về những cái chết khác nhau của loài người: ai dạy con người cách chết sẽ đồng thời dạy họ cách sống.

— MICHEL DE MONTAIGNE,
"RẰNG HỌC TRIẾT LÀ ĐỂ HỌC CÁCH CHẾT"

Nằm cạnh Lucy trên giường bệnh, chúng tôi cùng khóc, hình chụp CT vẫn sáng trên màn hình máy tính. Nhân diện của tôi – nhân diện của một bác sĩ – đã không còn ý nghĩa gì nữa. Ung thư xâm chiếm nhiều hệ cơ quan, chẩn đoán đã rõ ràng. Căn phòng lặng lẽ. Lucy nói nàng yêu tôi. "Anh không muốn chết," tôi nói. Tôi khuyên nàng nên tái hôn, rằng tôi không thể chịu đựng được ý nghĩ nàng sẽ cô đơn một mình. Tôi nói về việc chúng tôi nên xem xét việc tái thế chấp vay nợ ngay lập tức. Chúng tôi bắt đầu gọi điện cho người thân. Có một lúc, Victoria ghé qua phòng và chúng tôi cùng thảo luận về bản scan cũng như phương hướng điều trị trong tương lai. Khi cô nhắc tới kế hoạch quay lại chương trình nội trú, tôi dừng cô lại.

"Victoria," tôi nói, "Tôi sẽ không bao giờ quay trở lại bệnh viện này với vai trò một bác sĩ. Cô không nghĩ vậy sao?"

Một chương trong cuộc đời tôi dường như đã kết thúc, mà có lẽ là cả cuốn sách đã khép lại. Thay vì trong vai một mục sư trợ giúp con người bước qua những biến đổi của cuộc đời, tôi thấy mình chỉ như chú cừu con, lạc lối, ngơ ngác. Căn bệnh nguy hiểm không chỉ có tính chất thay đổi cuộc đời mà còn phá tan nó. Chẳng giống như một lễ hiển linh – luồng sáng dữ dội soi rọi Những-Gì-Có-Nghĩa– mà gần như ai đó đã dội bom trên con đường phía trước. Giờ tôi phải tìm cách vượt qua nó.

Em trai tôi Jeevan đến bên giường bệnh. "Anh đã gặt hái khá nhiều," cậu nói. "Anh biết mà?"

Tôi thở dài.

Cậu có ý tốt, nhưng lời lẽ đầy trống rỗng. Cuộc sống của tôi đã dành để xây dựng tiềm năng, thứ tiềm năng nay trở thành bất khả. Tôi đã lên kế hoạch thật nhiều và gần như đạt được mọi thứ. Thân thể suy nhược, thứ tương lai mà tôi đã tưởng tượng cùng nhân diện cá nhân tôi sụp đổ, và tôi phải đối mặt với cùng một tình thế khó khăn về sự tồn tại, giống như những bệnh nhân của mình. Chẩn đoán ung thư phổi là chắc chắn. Một tương lai được lên kế hoạch tỉ mỉ và khó khăn lắm mới đạt được này đã không còn tồn tại nữa. Cái chết, vốn rất quen thuộc với tôi trong công việc, nay lại ghé thăm riêng tôi. Ta ở đây, mặt đối mặt, vậy mà dường như không thể nhận ra điều gì về nó. Tại một ngã tư đường nơi lẽ ra tôi có thể nhìn và theo dõi dấu chân của vô số bệnh nhân tôi từng chữa trị, thay vào đó tôi chỉ thấy một sa mạc trắng lập lòe đầy trống rỗng khắc nghiệt, như thể một cơn bão đã xóa bỏ mọi dấu vết quen thân.

Mặt trời đã lặn. Tôi sẽ xuất viện vào sáng hôm sau. Một buổi hẹn với bác sĩ ung thư đã được lên lịch trong tuần nhưng y tá nói cô ấy sẽ ghé thăm tôi vào tối hôm đó, trước khi chạy đi đón lũ trẻ. Tên cô là Emma Hayward, và cô muốn gửi lời chào trước buổi hẹn đầu tiên tại văn phòng. Tôi biết một chút về Emma – tôi đã từng chữa trị cho vài bệnh nhân của cô trước đó – nhưng chúng tôi chưa từng nói chuyện gì ngoài những trao đổi về chuyên môn. Cha mẹ và anh em trai tôi đều ở trong phòng, Lucy ngồi bên giường và nắm tay tôi. Cửa mở và Emma bước vào, áo choàng trắng để lộ dấu vết mệt mỏi một ngày dài nhưng nụ cười cô tươi trẻ. Theo sau cô là đồng nghiệp và một bác sĩ nội trú. Emma chỉ hơn tôi chừng vài tuổi, mái tóc cô dài và sẫm màu nhưng điểm đầy sọc trắng, khá phổ biến với những người dành nhiều thời gian bên cái chết. Cô kéo một chiếc ghế.

"Xin chào, tên tôi là Emma," cô nói. "Tôi rất tiếc chỉ có thể ngắn gọn trong hôm nay, nhưng tôi muốn ghé qua và giới thiệu một chút."

Chúng tôi bắt tay, cánh tay tôi xoắn trong dây truyền tĩnh mạch.

"Cám ơn vì đã ghé qua," tôi nói. "Tôi biết cô còn phải đi đón lũ trẻ nữa. Đây là gia đình tôi." Cô gật đầu chào Lucy, anh em trai và cha mẹ tôi.

"Tôi rất tiếc vì chuyện này xảy đến với anh," cô nói. "Với tất cả mọi người ạ. Sẽ còn nhiều thời gian để nói về chuyện này trong vài ngày tới. Tôi đã bắt đầu và làm một số xét nghiệm trên mẫu u của anh, điều đó sẽ giúp định hướng liệu trình. Phương pháp chữa trị có thể là hóa trị hoặc không, tùy vào kết quả xét nghiệm."

Mười tám tháng trước, tôi đã nhập viện vì viêm ruột thừa. Khi đó tôi được đối xử không phải như một bệnh nhân mà là một đồng nghiệp, gần như chỉ đạo chuyên môn cho chính trường hợp của mình. Hiện tôi đã nghĩ tới điều tương tự. "Tôi biết không phải lúc," tôi tiếp tục nói, "nhưng tôi muốn nói về đường tỷ lệ sống Kaplan-Meier."

"Không," cô nói. "Hoàn toàn không."

Im lặng. *Tại sao cô ấy dám? Đây là cách mà bác sĩ – những bác sĩ như tôi – hiểu về chẩn đoán bệnh. Tôi có quyền được biết.*

"Chúng ta sẽ nói về liệu pháp điều trị sau," cô nói. "Chúng ta có thể nói về việc anh quay trở lại công việc nữa, nếu đó là điều anh muốn. Nhóm kết hợp hóa trị truyền thống – cisplatin, pemetrexed, có thể là cả Avastin – có tỉ lệ tổn thương thần kinh ngoại biên cao, do đó chúng ta có lẽ nên đổi cisplatin sang carboplatin, điều đó giúp bảo vệ thần kinh của anh tốt hơn, vì dù sao anh cũng là một bác sĩ phẫu thuật."

Quay trở lại công việc? Cô ta đang nói về cái gì vậy? Cô ấy bị hoang tưởng sao? Hay tôi đã nhầm lẫn nghiêm trọng về chẩn đoán của mình? Và làm thế quái nào chúng tôi có thể nói về những thứ này khi không đề cập đến một dự đoán có tính thực tế về khả năng sống sót cơ chứ? Nền đất vốn đã cong vênh và rung động trong suốt những ngày qua lại rung lên.

"Chúng ta sẽ nói chi tiết sau," cô tiếp tục, "vì tôi biết có quá nhiều thứ phải tiêu hóa. Tôi chỉ muốn gặp tất cả mọi người trước buổi hẹn thứ Năm thôi. Tôi có thể giúp hay trả lời gì nữa không, ngoài chuyện đường cong sống sót?"

"Không," tôi nói, tâm trí quay cuồng. "Cám ơn vì đã ghé qua. Tôi rất biết ơn vì điều này."

"Đây là danh thiếp của tôi," cô nói, "có số phòng khám trên đó. Cứ tự nhiên gọi cho tôi về bất kỳ điều gì trước buổi hẹn hai hôm tới."

Gia đình và bạn bè tôi nhanh chóng rà soát mạng lưới đồng nghiệp để tìm xem ai là bác sĩ tốt nhất về ung thư phổi trong cả nước. Houston và New York có những trung tâm ung thư lớn; tôi có nên tới đó điều trị không? Chi tiết về vấn đề di chuyển hoặc tạm thời thay đổi địa điểm sống, hoặc bất kỳ cái gì khác – có thể tính đến sau. Câu trả lời đến rất nhanh, hầu như nhất quán với nhau: Emma không chỉ là một trong những người giỏi nhất – một bác sĩ u bướu nổi tiếng thế giới, chuyên gia về ung thư phổi trong ban cố vấn của một trong những trung tâm ung thư hàng đầu – cô còn được biết tới bởi lòng trắc ẩn, một người biết khi nào tiến và khi nào lui. Tôi thoáng nghĩ tới một chuỗi những sự kiện đã đưa tôi lòng vòng trong quả đất tròn này. Chương trình nội trú của tôi được quyết định bởi một chương trình máy tính, và nó bắt đầu tại ngay đây, để rồi cuối cùng với một chẩn đoán bệnh đáng sợ, tôi lại nhập viện cũng chính tại đây, trong tay một trong những vị bác sĩ tốt nhất để chữa trị.

Khoảng thời gian khá hơn của tuần đó tôi nằm lì trên giường, và vì căn bệnh ung thư tiến triển, tôi yếu đi trông thấy. Cơ thể tôi và cả nhân diện gắn liền với nó đã thay đổi lớn. Những chuyến di chuyển từ giường tới phòng tắm và ngược lại không còn là một chương trình vận động tự động mà đòi hỏi nỗ lực và kế hoạch. Bác sĩ vật lý trị liệu đưa ra một danh sách những hạng mục hỗ trợ tại nhà: một cái gậy, bệ ngồi toilet chuyên dụng, những miếng xốp để đỡ chân khi nghỉ ngơi. Một đống thuốc giảm đau mới được kê. Khi tập tễnh bước ra khỏi bệnh viện, tôi tự hỏi làm thế nào mà chỉ sáu ngày trước đó, mình có thể dành tới ba mươi sáu giờ liên tục trong phòng mổ. Tôi đã yếu đi nhiều vậy chỉ trong một tuần sao? Chỉ đúng phần nào. Bởi thực ra tôi có khá nhiều thủ thuật và sự giúp đỡ của các bác sĩ khác trong phòng mổ để trải qua ba mươi sáu giờ đó – và dù vậy, tôi cũng đã phải chịu một trận đau đớn khủng khiếp. Khi những bản chụp CT và kết quả xét nghiệm đã khẳng định nỗi sợ của tôi, bởi chúng không chỉ cho thấy ung thư đơn thuần mà còn là sự kiệt sức về thể xác, gần như là đã chết, liệu việc này có giải thoát tôi ra khỏi nghĩa vụ cần làm, nghĩa vụ với bệnh nhân, với phẫu thuật thần kinh, với việc theo đuổi những điều cao đẹp? Có, tôi nghĩ, và đây chính là nghịch lý: như một vận động viên chạm tới đích để rồi sụp đổ, khi không còn nghĩa vụ phải chăm sóc bệnh nhân đẩy tôi về phía trước, tôi trở thành người tàn phế.

Thường khi gặp một bệnh nhân ở tình huống lạ, tôi xin tư vấn từ các chuyên gia liên quan và dành thời gian để đọc về nó. Bây giờ cũng vậy. Nhưng ngay khi tôi bắt đầu đọc về hóa trị với vô số chất phản ứng và những phương pháp chữa trị tân tiến hiện đại nhắm tới từng loại đột biến, có rất nhiều câu hỏi trong đầu đã ngăn cản việc nghiên cứu của tôi. (Alexander Pope: "Một chút học vấn là thứ nguy hiểm; / Uống cho sâu đấy, bằng không sẽ không tận hưởng được hương suối Pierian[1].") Không có kinh nghiệm phù hợp, tôi khó có thể đặt bản thân mình trong một thế giới thông tin mới mẻ này, tôi không thể tìm được vị trí của mình trên đường tỷ lệ sống Kaplan-Meier. Tôi chờ đợi đầy hy vọng tới buổi hẹn khám sắp tới.

Hầu hết thời gian, tôi nghỉ ngơi.

Tôi ngồi đó, nhìn chăm chú vào bức hình Lucy và tôi ở trường Y đang nhảy múa và cười lớn. Thật buồn, hai con người đó lên kế hoạch về một cuộc sống bên nhau, vô tư lự, chưa từng nghĩ đến sự mong manh của chính bản thân mình. Cô bạn tôi Laurie vừa mới đính hôn thì qua đời trong một tai nạn xe hơi – như vậy liệu có tàn nhẫn hơn chăng?

Gia đình tôi trải qua một cơn xáo trộn trong những hoạt động nhằm chuyển đổi cuộc đời tôi từ một bác sĩ thành một bệnh nhân. Chúng tôi lập một tài khoản đặt hàng dược phẩm qua bưu điện, đặt mua thanh chắn giường, và mua một chiếc đệm thật thoải mái nhằm giảm nhẹ cơn đau như đốt trên lưng tôi. Kế hoạch tài chính của chúng tôi, mới chỉ vài ngày trước còn dự kiến tích lũy dựa trên khoản thu nhập tăng gấp sáu lần trong năm tới của tôi, nay

---

1. Nguyên văn: *Pierian spring,* nước cam lồ, suối nguồn kiến thức khoa học, nghệ thuật. (DG)

trông thật bấp bênh, và cả một loạt các công cụ tài chính mới dường như là điều thiết yếu để bảo vệ Lucy nữa. Cha tôi tuyên bố những điều chỉnh này hệt như một thỏa ước trước bệnh tật vậy: Tôi rồi sẽ đánh gục cái thứ này, tôi rồi sẽ được chữa trị bằng một cách nào đó. Đã bao lần tôi từng nghe những người thân trong gia đình bệnh nhân đưa ra tuyên bố tương tự? Tôi không biết nên nói gì với họ lúc đó, và tôi cũng không biết nên nói gì với cha mình lúc này.

Có khả năng nào khác không?

Hai hôm sau, Lucy và tôi gặp Emma trong phòng khám. Cha mẹ tôi loanh quanh trong phòng đợi. Một y tá kiểm tra các cơ quan sinh tồn của tôi. Emma và y tá của cô cực đúng giờ. Emma kéo một chiếc ghế ngồi xuống ngay trước tôi, mặt đối mặt, mắt nhìn thẳng.

"Xin chào," cô nói. "Đây là Alexis, cánh tay phải của tôi." Cô chỉ về phía y tá, người ngồi trước máy vi tính để ghi chú lại cuộc trò chuyện. "Tôi biết có rất nhiều thứ cần phải thảo luận, nhưng trước tiên thì: Anh cảm thấy thế nào?"

"Ổn, mọi thứ đều đã được xem xét," tôi nói. "Tận hưởng 'kỳ nghỉ' của tôi. Cô thì sao?"

"Tôi ổn." Cô ngừng lại – thường bệnh nhân không hỏi bác sĩ cảm thấy thế nào, nhưng Emma cũng là một đồng nghiệp. "Tuần này tôi trực nội trú, anh biết thế nào rồi đấy." Cô mỉm cười. Lucy và tôi đều biết. Các chuyên gia về bệnh nhân ngoại trú phải luân phiên trực nội trú, thế là cộng thêm vào vài giờ làm việc trong mỗi ngày đã quá bận rộn.

Sau vài câu xã giao, chúng tôi bắt đầu một cuộc thảo luận thoải mái về thực trạng nghiên cứu ung thư phổi. Cô nói có hai con đường phía trước. Phương pháp truyền thống là làm hóa trị, nhìn chung là nhắm vào các tế bào phân chia nhanh chóng – chủ yếu là tế bào ung thư nhưng cũng có cả tế bào trong tủy xương, nang tóc, ruột và tương tự. Emma khái quát số liệu và các lựa chọn, giảng giải như thể với một bác sĩ khác – nhưng một lần nữa từ chối không đề cập tới đường tỷ lệ sống Kaplan-Meier. Các liệu pháp mới cũng đang được phát triển, nhắm tới những khuyết hụt phân tử đặc trưng của bản thân ung thư. Tôi đã nghe tin đồn về những nỗ lực này – từ lâu nó đã là chiếc "Chén Thánh"[1] trong công cuộc nghiên cứu ung thư – và thật ngạc nhiên khi biết đã tiến bộ đến dường ấy. Những phương pháp chữa trị này có vẻ như đã mang đến khả năng sống sót dài hơn cho "một số" bệnh nhân.

"Hầu hết kết quả xét nghiệm của anh đã có," Emma nói. "Anh có đột biến PI3K, nhưng vẫn chưa ai biết nó có

---

1. Nguyên văn: *Holy grail*. Theo truyền thuyết hai ngàn năm qua, Chén Thánh được cho là một cái chén, dĩa hoặc ly mà Chúa Jesus sử dụng tại Bữa tiệc biệt ly (còn gọi là buổi Tiệc Ly biệt), chứa đựng nhiều sức mạnh và quyền lực vô biên, ai sở hữu Chén Thánh đều có tài năng xuất chúng vượt bậc, vì trong buổi tiệc đó Chúa Jesus đã dùng quyền phép biến rượu trở thành Máu Thánh.

nghĩa gì. Xét nghiệm cho EGFR, loại đột biến phổ biến nhất ở những bệnh nhân như anh thì vẫn đang tiến hành. Tôi đoán rằng anh có cái này, và trong trường hợp đó thì có một loại thuốc gọi là Tarceva, anh có thể uống nó thay vì làm hóa trị. Kết quả sẽ tới trong ngày mai, thứ Sáu, nhưng nếu anh ốm quá thì tôi sẽ cho anh làm hóa trị ngay từ thứ Hai trong trường hợp xét nghiệm EGFR là âm tính."

Ngay lập tức tôi cảm thấy sự thân thiết. Đây chính xác là cách mà tôi tiến hành trong phẫu thuật thần kinh: luôn có kế hoạch A, B và C.

"Đối với hóa trị thì quyết định chính của chúng ta sẽ là carboplatin hay cisplatin. Những nghiên cứu độc lập, tiếp xúc trực tiếp, cho thấy carboplatin được dung nạp tốt hơn. Cisplatin có khả năng mang tới kết quả tốt hơn nhưng cũng độc hơn, đặc biệt là đối với hệ thần kinh, dù rằng mọi dữ liệu đã khá cũ và không có sự so sánh trực tiếp nào giữa hai loại trong chế độ hóa trị hiện đại. Anh có suy nghĩ gì không?"

"Tôi không lo lắng về việc bảo vệ đôi tay cho phẫu thuật," tôi nói. "Có nhiều việc tôi có thể làm trong đời. Nếu không có đôi tay tôi có thể kiếm việc khác, hoặc không làm việc, hoặc gì đó."

Cô dừng lại. "Tôi hỏi anh điều này: Việc phẫu thuật có quan trọng với anh không? Đó có phải là điều anh muốn làm không?"

"Dĩ nhiên, tôi đã dành tới gần một phần ba cuộc đời mình cho nó."

"Ok, vậy tôi định gợi ý chúng ta tiến hành với carboplatin. Tôi không nghĩ điều này sẽ thay đổi khả năng sống sót, mà nó có thể ảnh hưởng rất nhiều đến chất lượng cuộc sống của anh. Anh có câu hỏi nào khác không?"

Cô có vẻ rõ ràng về con đường chúng tôi sẽ đi, và tôi rất vui được đi theo. Có lẽ, tôi đã bắt đầu cho phép bản thân mình tin tưởng rằng việc quay trở lại với phẫu thuật là hoàn toàn có thể. Tôi cảm thấy mình được thả lỏng một chút.

"Tôi bắt đầu hút thuốc được chứ?" tôi đùa.

Lucy cười, và Emma nhướn mày.

"Không. Có câu hỏi nào nghiêm túc không?"

"Đường Kaplan-Meier –"

"Chúng ta sẽ không thảo luận về nó," cô nói.

Tôi không hiểu sự kháng cự của cô. Suy cho cùng, tôi là một bác sĩ quen thuộc với những thống kê đó. Tôi cũng có thể tự mình tìm kiếm… mà đó là điều mà tôi sẽ làm.

"Thôi được," tôi nói, "vậy tôi nghĩ mọi việc đã khá rõ ràng rồi. Chúng tôi sẽ đợi tin của cô vào ngày mai về kết quả EGFR. Nếu đúng, chúng sẽ bắt đầu với Tarceva. Nếu không, chúng ta sẽ bắt đầu hóa trị vào thứ Hai."

"Được. Có một điều nữa mà tôi muốn anh biết này: Hiện tại tôi là bác sĩ của anh. Bất kỳ vấn đề nào anh gặp phải, kể cả trong việc chăm sóc sức khỏe thông thường, thì hãy tìm đến chúng tôi trước."

Lại một lần nữa, tôi cảm thấy sự thân thiết nhói lên.

"Cám ơn," tôi nói. "Chúc may mắn trong công việc của khoa bệnh nhân nội trú."

Cô rời phòng, rồi lại ngó đầu vào ngay sau đó. "Cứ từ chối nếu anh không thích nhưng có một số người gây quỹ cho ung thư phổi muốn gặp anh. Đừng trả lời vội – cứ nghĩ về nó đi đã, và nếu anh quan tâm thì thông báo cho Alexis. Đừng làm những gì anh không muốn."

Khi ra về, Lucy nhận xét, "Cô ấy tuyệt thật. Đúng là rất hợp anh. Nhưng mà…" nàng cười. "Em nghĩ là cô ấy thích anh."

"Vậy thì sao?"

"À, có một nghiên cứu cho rằng bác sĩ thường dễ chẩn đoán sai cho bệnh nhân mà họ quan tâm về mặt cá nhân."

"Trong những thứ mà chúng ta phải lo lắng thì anh nghĩ cái đó nằm ở điểm tứ phân vị cuối cùng[1]." Tôi cười nói.

Tôi bắt đầu nhận ra rằng việc đến thật gần với sự hữu

---

1. Tứ phân vị là đại lượng mô tả sự phân bố và sự phân tán của tập dữ liệu. Tứ phân vị có 3 giá trị, đó là tứ phân vị thứ nhất, thứ nhì, và thứ ba. Ba giá trị này chia một tập hợp dữ liệu (đã sắp xếp dữ liệu theo trật tự từ bé đến lớn) thành 4 phần có số lượng quan sát đều nhau.

hạn của cuộc đời đã thay đổi mọi thứ và cũng không thay đổi gì cả. Trước khi căn bệnh ung thư được phát hiện, tôi biết rằng một ngày nào đó tôi sẽ chết, tôi chỉ không biết là bao giờ. Sau chẩn đoán, tôi vẫn biết rằng một ngày tôi sẽ chết và cũng vẫn không biết là bao giờ. Nhưng giờ đây tôi biết là sẽ sớm thôi. Đây không phải là một vấn đề khoa học. Thực tế của cái chết làm rối loạn hết thảy. Vậy nhưng cũng không còn con đường sống nào khác.

Rất chậm rãi màn sương mù về kiến thức y học đang dần tan – ít nhất giờ đây tôi có đủ thông tin để có thể đào sâu vào các nghiên cứu khoa học. Dù rằng các con số khá mù mờ, việc trong người mang đột biến EGFR, tính trung bình ra thì có vẻ như kéo dài thêm một năm sống sót và đi kèm với khả năng sống lâu hơn; còn nếu không mang đột biến này thì bệnh nhân có tới 80 phần trăm nguy cơ chết trong vòng hai năm. Làm rõ được phần đời còn lại của tôi sẽ là cả một quá trình đấy.

Ngày hôm sau, Lucy và tôi tới ngân hàng tinh trùng để bảo quản các giao tử và xem xét các lựa chọn. Chúng tôi vẫn thường mong sẽ sinh con khi tôi kết thúc chương trình nội trú, nhưng giờ đây… Thuốc trị ung thư có thể có những tác động chưa biết tới tinh trùng, do đó để bảo toàn khả năng có con, chúng tôi phải trữ đông tinh trùng trước khi tôi bắt đầu trị liệu. Một người phụ nữ trẻ giới thiệu cho chúng tôi hàng loạt các phương án chi trả và lựa chọn đối với việc lưu trữ cùng với các hình thức quy định hợp pháp về quyền sở hữu. Trên bàn cô là vô số tờ rơi sặc sỡ về các chương trình cuộc chơi cho những người trẻ tuổi bị mắc bệnh ung thư: nhóm diễn kịch ứng tác[1], nhóm A cappella[2], những đêm nhạc sống[3], vân vân. Tôi ghen tị với khuôn mặt hạnh phúc của họ vì biết rằng về mặt thống kê thì có lẽ họ đều mắc phải các dạng ung thư dễ chữa trị và có triển vọng sống khả quan. Chỉ 0,0012 phần trăm những người ba mươi sáu tuổi mắc bệnh ung thư. Đúng, tất cả các bệnh nhân ung thư đều không may mắn, nhưng có những loại ung thư này, và có những loại UNG THƯ khác mà người cực kỳ không may thì mắc phải. Khi được đề nghị làm rõ vấn đề xử lý tinh trùng nếu một trong hai chúng tôi "chết đi" – ai sẽ là người sở hữu chúng một cách hợp pháp – nước mắt bắt đầu rơi đầy trên khuôn mặt Lucy.

---

1. Tiếng Anh: improv hay improve group viết tắt từ Improvisational theatre.

2. A cappella hay hát chay là phong cách hát không cần có nhạc đệm, thường được áp dụng trong hoạt động âm nhạc tôn giáo, nhất là ở phương Tây. Người nghệ sĩ dòng này có khả năng thẩm âm và kiến thức thanh nhạc tương đối tốt bởi họ sẽ dùng giọng hát của mình để kết hợp, hỗ trợ cho nhau bằng hoà thanh, bè phối để tạo nên nhạc điệu.

3. Tiếng Anh: open mic hoặc open mike (bắt nguồn từ cụm "open microphone"), loại hình văn nghệ trực tiếp tại quán cà phê, hộp đêm, câu lạc bộ hài kịch, quán rượu, người tham dự có cơ hội tự do giao lưu, biểu diễn giao lưu trên sân khấu.

Từ "hy vọng" xuất hiện trong tiếng Anh khoảng một nghìn năm trước đây, biểu thị sự kết hợp giữa tự tin và tham vọng. Nhưng thứ mà tôi đang ham muốn: sự sống, thì lại không phải là thứ tôi dám chắc: cái chết. Khi tôi nói về hy vọng, phải chăng điều tôi thực sự muốn nói là: "Dành một chút cho những ham muốn vô căn cứ?" Không. Những thống kê y tế không chỉ mô tả các con số như tỉ lệ sống trung bình, chúng còn đo sự tự tin của chúng ta vào các con số bằng các công cụ như mức độ đáng tin, khoảng tin cậy và giới hạn tin tưởng. Do đó điều tôi thực sự muốn nói là: "Dành một chút cho kết quả không chắc chắn về mặt thống kê nhưng vẫn có vẻ đáng tin – khả năng sống sót nằm trên khoảng tin cậy 95 phần trăm?" Đó có phải chính là hy vọng? Liệu chúng ta có nên chia đường cong thành các khúc đoạn cuộc sống từ "bị hạ gục" tới "bi quan" tới "có vẻ thực tế" tới "đầy hy vọng" và tới "hoang tưởng"? Chẳng phải con số chỉ là con số hay sao? Hay là chúng ta đều không cưỡng lại được "hy vọng" rằng mọi bệnh nhân đều nằm trên mức trung bình?

Hóa ra mối quan hệ của tôi với thống kê thay đổi ngay khi tôi trở thành một con số thống kê.

Trong thời gian nội trú, tôi đã ngồi bên vô số bệnh nhân và người thân của họ để nói về những tiên lượng tàn nhẫn. Đây là một trong những công việc quan trọng nhất mà bạn làm trong vai trò một bác sĩ. Sẽ dễ dàng hơn nếu bệnh nhân đã chín mươi tư tuổi, đang trong giai đoạn cuối của bệnh mất trí đi kèm với chứng chảy máu não nghiêm trọng. Nhưng với những người như tôi – bệnh nhân ba mươi sáu tuổi chẩn đoán mắc bệnh ung thư nan y – thực sự không có mấy lời dành cho họ.

Lý do bác sĩ không cho bệnh nhân biết những tiên lượng cụ thể không hẳn là vì họ không thể. Chắc chắn rằng nếu mong đợi của bệnh nhân ở đâu đó rất xa ngoài phạm vi có thể – ví như ai đó muốn sống đến 130 tuổi, hay ai đó nghĩ rằng chấm lành trên da là dấu hiệu của cái chết đến gần – bác sĩ sẽ là người được ủy thác để kéo mong đợi của họ trở về khoảng khả thi. Điều bệnh nhân kiếm tìm không phải là mớ kiến thức khoa học mà các bác sĩ giấu mà là tính xác thực về sự sống còn mà họ buộc phải tự tìm ra. Nhấn chìm quá sâu trong các con số thống kê giống như cố gắng giải tỏa cơn khát bằng nước muối vậy. Nỗi lo lắng khi đối mặt với cái chết không tìm thấy phương thuốc chữa trị trong xác suất thống kê.

Khi trở về nhà từ ngân hàng tinh trùng, tôi nhận được cuộc điện thoại thông báo rằng mình quả thật có trong người dạng đột biến chữa được (EGFR). Hóa trị bị hủy bỏ, thật may mắn, và Tarceva, loại thuốc viên trắng nhỏ trở thành liệu pháp chữa trị cho tôi. Tôi nhanh chóng thấy khỏe hơn. Dù không còn rõ đó là cái gì, nhưng tôi cảm nhận được nó: một giọt hy vọng. Mây mù bao phủ cuộc sống của tôi lùi lại thêm vài centimet nữa, mảnh trời xanh hé hiện rõ hơn.

Trong những tuần kế tiếp, khẩu vị của tôi quay trở lại. Tôi tăng cân thêm một chút. Trên người tôi xuất hiện chứng mụn nhọt nghiêm trọng và đặc trưng, thể hiện phản ứng tốt trong cơ thể. Lucy vẫn luôn yêu làn da mịn màng của tôi nhưng giờ đây nó lỗ rỗ và chảy máu không ngừng bởi thuốc làm loãng máu. Bất kỳ phần nào được coi là đẹp trai trong tôi nay đã dần bị tẩy xóa hết – dù rằng thẳng thắn mà nói, tôi hạnh phúc vì mình xấu xí nhưng còn sống. Lucy nói nàng vẫn yêu làn da tôi như cũ, mụn nhọt và mọi thứ. Nhưng nhân diện của chúng ta không chỉ tạo thành từ não bộ, tôi vẫn đang phải sống bởi hiện thân của nó. Chàng trai thuở nào say mê các cuộc đi dạo đường dài, cắm trại và chạy bộ, người thể hiện tình yêu bằng những cái ôm thật chặt, và người thường tung đứa cháu gái cười khúc khích lên cao – người đó đã không còn là tôi nữa. Nhiều nhất thì tôi cũng chỉ có thể đặt mục tiêu trở thành người như vậy một lần nữa.

Ở buổi hẹn hai tuần một lần đầu tiên, cuộc thảo luận của Emma và tôi chuyển dần từ chuyện sức khỏe ("Những vết ngứa thế nào?") tới các vấn đề mang tính sinh tồn hơn. Phương thức đối diện ung thư truyền thống cũng là một lựa chọn – rằng ai đó nên lui lại, dành thời gian bên gia đình và sống một khoảng thời gian lặng lẽ bình yên.

"Rất nhiều người sau khi được chẩn đoán đã bỏ việc hoàn toàn," cô nói. "Những người khác thì dồn sức vào nó. Thế nào cũng được cả."

"Tôi đã vạch ra bốn mươi năm sự nghiệp cho bản thân – hai mươi năm đầu là một bác sĩ phẫu thuật kiêm nhà khoa học, hai mươi năm sau là nhà văn. Nhưng giờ đã đến cuối hai mươi năm cuối, tôi không biết mình nên theo đuổi con đường nào nữa."

"Tôi không thể trả lời anh được," cô nói. "Tôi chỉ có thể nói là anh *có thể* quay trở lại phẫu thuật nếu anh muốn, nhưng anh cần phải hiểu được điều gì là quan trọng với chính mình."

"Nếu tôi có thể mường tượng một chút về việc tôi còn lại bao nhiêu thời gian thì dễ hơn. Nếu tôi có hai năm, tôi sẽ viết. Nếu tôi có mười năm, tôi sẽ quay lại với phẫu thuật và khoa học."

"Anh biết là tôi không thể đưa ra con số nào mà."

Đúng, tôi biết. Nói theo điệp khúc lặp đi lặp lại của cô thì việc tìm kiếm giá trị bản thân hoàn toàn phụ thuộc vào tôi. Nhưng một phần trong tôi cảm thấy như cô đang cố trốn tránh trách nhiệm. Tôi cũng chưa từng đưa ra các con số cụ thể cho bệnh nhân của mình, nhưng chẳng phải tôi vẫn luôn có chút cảm giác về việc họ nên làm thế nào hay sao? Nếu không thì làm sao tôi có thể đưa ra những quyết định có tính sống còn cơ chứ? Sau đó tôi nhớ lại những lần tôi phạm sai lầm: lần tôi khuyên một gia đình rút bỏ hỗ trợ sự sống cho con trai họ để rồi hai năm sau đó họ quay lại khoe tôi clip Youtube cậu bé chơi piano và tặng tôi bánh cupcake để cảm ơn tôi vì đã cứu sống cậu.

Những cuộc hẹn với bác sĩ ung thư là quan trọng nhất nhưng không phải là duy nhất trong vô số các cuộc hẹn mới với một loạt các nhà cung cấp dịch vụ chăm sóc sức khỏe. Vì Lucy khá cương quyết, chúng tôi bắt đầu hẹn gặp cả nhà trị liệu cho các cặp đôi, một người có chuyên môn về bệnh nhân ung thư. Ngồi trong văn phòng không cửa sổ của bà trên hai chiếc ghế bành kê sát nhau, Lucy và tôi liệt kê chi tiết những gì mà cuộc sống của chúng tôi trong hiện tại và tương lai đã bị đứt gãy vì bệnh tật, cả nỗi đau vì việc biết và cả không biết về tương lai, sự khó khăn trong việc lên kế hoạch và việc không thể không luôn ở bên nhau vì nhau. Thành thật mà nói, ung thư đã cứu giúp cuộc hôn nhân của chúng tôi.

"Hai người đối mặt với chuyện này tốt hơn hẳn bất kỳ cặp đôi nào mà tôi biết," nhà trị liệu nói vào cuối buổi nói chuyện. "Tôi không chắc là mình còn có lời khuyên nào cho anh chị."

Tôi cười khi chúng tôi rời đi – ít nhất thì tôi cũng lại xuất sắc ở một chuyện gì đó. Những năm tháng dành chăm sóc các bệnh nhân nguy kịch đã mang lại trái ngọt! Tôi quay sang Lucy, hy vọng nhìn thấy nụ cười của nàng. Thay vì đó, nàng lắc đầu.

"Anh không thấy sao?" nàng nói, nắm lấy tay tôi. "Nếu chúng ta đã làm tốt nhất rồi, điều đó có nghĩa là chúng ta không thể làm tốt hơn nữa."

Nếu sức nặng của cái chết không thể nhẹ bớt đi, liệu ít ra nó có thể quen thuộc hơn không?

Khi tôi được chẩn đoán mang bệnh nan y trong người, tôi bắt đầu nhìn thế giới qua hai lăng kính; tôi bắt đầu nhìn cái chết trong cả hai vai trò bác sĩ và bệnh nhân. Là một bác sĩ, tôi biết mình sẽ không tuyên bố "Ung thư là một trận chiến tôi phải chiến thắng!" hay hỏi: "Tại sao lại là tôi?" (Câu trả lời: Tại sao không phải là tôi?) Tôi biết rất nhiều về chăm sóc sức khỏe, những biến chứng và các thuật toán chữa trị. Tôi nhanh chóng học được từ bác sĩ của mình và qua việc tự tìm hiểu rằng gần đây ung thư phổi giai đoạn IV là một căn bệnh mà câu chuyện về nó có thể thay đổi lớn, giống như AIDS ở cuối những năm 1980: Vẫn là căn bệnh chết người nhanh chóng nhưng đây là lần đầu tiên trong lịch sử, các liệu pháp mới nổi có thể mang đến nhiều năm sống sót.

Trong khi quá trình đào tạo để trở thành một bác sĩ và nhà khoa học giúp tôi xử lý số liệu và chấp nhận giới hạn những gì số liệu có thể cho biết về tiên lượng bệnh của tôi, nó lại chẳng giúp gì cho tôi ở vị trí một bệnh nhân. Nó không nói cho Lucy và tôi biết liệu chúng tôi có nên tiếp tục và sinh con, hay việc nuôi dưỡng một cuộc đời mới trong khi cuộc đời tôi đang tan dần có nghĩa gì. Nó cũng không nói cho tôi liệu có nên chiến đấu vì sự nghiệp, để đoạt lại những đam mê tôi đã dồn sức thật lâu để đeo đuổi khi mà không có gì đảm bảo về khoảng thời gian cần thiết để hoàn thành.

Như những bệnh nhân của mình, tôi phải đối mặt với cái chết và cố gắng hiểu được điều gì khiến cuộc đời mình đáng sống – và tôi cần sự giúp đỡ của Emma. Giằng xé trong vai trò của một bác sĩ và một bệnh nhân, đào sâu trong những thông tin y khoa để tìm kiếm câu trả lời, tôi vùng vẫy một cách khó khăn. Cùng lúc đó, tôi phải đối mặt với cái chết của chính mình, để xây lại cuộc đời cũ – hoặc có lẽ tìm ra một cuộc đời mới.

Phần lớn thời gian trong tuần của tôi không dành cho liệu pháp nhận thức – hành vi mà là vật lý trị liệu. Tôi đã từng gửi hầu hết bệnh nhân của mình tới vật lý trị liệu. Và giờ tôi cảm thấy thật sốc vì độ khó khăn của nó. Là một bác sĩ, bạn có chút ý thức về việc bị ốm là như thế nào nhưng bạn sẽ không thực sự hiểu cho tới khi chính mình trải qua việc đó. Giống như chuyện yêu đương hoặc có con vậy. Bạn không coi trọng cả đống công việc giấy tờ đi kèm với nó, hoặc những thứ vụn vặt. Ví dụ như khi đặt dây truyền tĩnh mạch, bạn thực sự có thể cảm nhận được vị muối lúc họ bắt đầu truyền. Họ nói với tôi rằng điều này xảy ra với tất cả mọi người, nhưng thậm chí sau mười một năm trong ngành Y, tôi chưa từng hiểu.

Trong vật lý trị liệu, tôi thậm chí chưa được nhấc tạ mà mới chỉ cần nhấc chân mình. Kiệt sức và bẽ bàng. Trí não tôi vẫn ổn nhưng tôi không cảm thấy là mình nữa. Cơ thể tôi mong manh và yếu ớt – con người có thể chạy nửa cự ly marathon nay đã là quá vãng – và điều đó nữa, cũng định hình nhân diện của bạn. Chứng đau lưng đến nhức nhối có thể tạo hình nhân diện của bạn; sự kiệt sức và cơn buồn nôn cũng có thể. Karen, bác sĩ vật lý trị liệu của tôi, đã hỏi rằng mục tiêu của tôi là gì. Tôi chọn hai thứ: đạp xe và chạy bộ. Trong tình trạng yếu ớt này, sự quyết tâm vùng lên. Ngày qua ngày tôi duy trì nó và mỗi một chút sức khỏe tăng lên cũng có thể mở rộng ra các vùng trời mới, phiên bản có-khả-năng của tôi. Tôi bắt đầu thêm vào số lần nâng tạ, khối tạ và số phút tập luyện, đẩy mình tới cực điểm nôn ói. Sau hai tháng, tôi có thể ngồi tới ba mươi phút mà không mệt mỏi. Tôi lại có thể ra ngoài ăn tối với bạn bè.

Một buổi chiều, tôi và Lucy lái xe trên đường Canada Road, điểm đạp xe yêu thích của chúng tôi. (Thường thì chúng tôi đạp xe ở đây, lòng kiêu hãnh ép tôi phải dấn thêm nữa nhưng những quả đồi vẫn là quá sức.) Tôi cố được gần chục kilomet loạng choạng. Thành tích này vẫn còn quá xa so với gần năm chục cây số hồ hởi của mùa hè trước, nhưng ít ra thì tôi cũng đã có thể giữ thăng bằng trên hai bánh.

Đây là thắng lợi hay bại trận?

Tôi bắt đầu mong chờ tới những cuộc gặp cùng Emma. Trong văn phòng của cô, tôi cảm thấy chính mình, như một bản thể. Ngoài văn phòng cô, tôi không còn biết mình là ai nữa. Bởi vì tôi không còn làm việc, tôi không cảm thấy là chính mình, một bác sĩ phẫu thuật, một nhà khoa học – một chàng trai với tương lai rạng rỡ trước mắt. Ở nhà, suy nhược, tôi sợ rằng mình không phải là một người chồng đúng nghĩa đối với Lucy. Tôi đã chuyển từ một chủ thể sang một đối tượng trực tiếp ở mỗi câu nói về cuộc đời mình. Trong triết học thế kỷ 14, từ *bệnh nhân* đơn giản có nghĩa là "đối tượng của hành động," và tôi cũng cảm thấy mình giống như vậy. Là bác sĩ, tôi là một tác nhân, một nguyên nhân; còn khi là bệnh nhân, tôi đơn giản là một đối tượng cho các sự việc xảy đến. Trong văn phòng của Emma, Lucy và tôi có thể cười đùa, trao đổi vài tiếng lóng của các bác sĩ, tự do nói về hy vọng và ước mơ, cố gắng lắp ráp một kế hoạch để tiến lên phía trước. Sau hai tháng, Emma vẫn mập mờ về bất kỳ một tiên lượng nào và mọi thống kê tôi nhắc đến cô đều gạt đi bằng lời nhắc nhở hãy tập trung vào các giá trị của tôi. Dù cảm thấy không thỏa mãn, ít ra tôi cũng cảm thấy là một ai đó, một con người, chứ không phải là một thứ gì minh họa cho định luật nhiệt động lực học (mọi trật tự đều có xu hướng tiến về entropy tăng, phân rã, v.v...)

Đối mặt với cái chết, nhiều quyết định trở nên gấp gáp, đè nén và không thể trì hoãn. Đứng đầu trong số đó là: Lucy và tôi có nên có con không? Cho dù hôn nhân của chúng tôi đã từng căng thẳng thời điểm cuối nội trú, chúng tôi vẫn còn rất yêu nhau. Mối quan hệ của chúng tôi vẫn có ý nghĩa sâu sắc, cùng nhau thấu hiểu và đồng cảm trong những điều quan trọng của cuộc sống. Nếu tính quan hệ của con người tạo ra nền tảng của ý nghĩa, có vẻ như với chúng tôi việc có con sẽ thêm vào một khía cạnh khác cho ý nghĩa đó. Đó là điều mà chúng tôi vẫn thường mong muốn và cả hai đều bị thúc đẩy bởi bản năng để vẫn làm điều đó, để bổ sung thêm một ghế ăn cho chiếc bàn ăn gia đình.

Cả hai chúng tôi đều khao khát trở thành cha mẹ, chúng tôi nghĩ về nhau. Lucy hy vọng tôi có thêm vài năm nữa, nhưng hiểu về tiên lượng bệnh của tôi, nàng cảm thấy việc lựa chọn – liệu có muốn trở thành một người cha trong khoảng thời gian còn lại hay không – phải là lựa chọn của tôi.

"Anh lo sợ hay buồn bã nhất về điều gì?" nàng hỏi tôi trong một đêm trên giường.

"Rời xa em," tôi nói.

Tôi biết rằng một đứa trẻ có thể mang tới niềm vui cho cả gia đình, và tôi không thể nào chịu được khi mường tượng cảnh Lucy không chồng không con sau khi tôi chết, nhưng tôi cũng cương quyết với lựa chọn cuối cùng phải là của cô ấy: vì suy cho cùng nàng rất có thể sẽ là người phải nuôi con một mình, và còn phải chăm sóc cho cả hai chúng tôi khi căn bệnh tiến triển.

"Liệu có một đứa con có làm xao nhãng khoảng thời gian chúng ta bên nhau không?" Nàng hỏi. "Liệu anh có nghĩ rằng việc xa lìa con mình sẽ khiến cái chết đau đớn *hơn* không?"

"Kể cả vậy thì chẳng phải vẫn sẽ rất tuyệt sao?" Tôi nói. Lucy và tôi đều cảm thấy cuộc đời không phải chỉ là né tránh khổ đau.

Nhiều năm trước, khi tôi phát hiện ra rằng Darwin và Nietzsche cùng đồng tình trong một chuyện: tính chất đặc trưng của sinh vật chính là sự đấu tranh. Nếu không có nó, việc mô tả cuộc sống chỉ giống như vẽ hổ không sọc vằn vậy. Sau bao nhiêu năm sống chung với việc tử, tôi đã hiểu rằng cái chết dễ dàng nhất không hẳn là cái chết tốt nhất. Chúng tôi đã quyết định. Gia đình hai bên đều chúc phúc cho chúng tôi. Chúng tôi quyết định có con. Chúng tôi sẽ tiếp tục sống thay vì chết dần.

Bởi vì số thuốc tôi đang dùng, các biện pháp hỗ trợ sinh sản là cách duy nhất. Do đó chúng tôi tới gặp một chuyên gia ở phòng khám nội tiết sinh sản ở Palo Alto. Cô rất có năng lực và chuyên nghiệp, nhưng rõ ràng là non kinh nghiệm trong việc điều trị bệnh nhân mắc bệnh hiểm nghèo, trái với bệnh nhân hiếm muộn.

Cô nói đều đều, mắt dính trên bảng kẹp giấy tờ.

"Hai người đã thử có con bao lâu rồi?"

"Chúng tôi chưa từng thử."

"Ồ, dĩ nhiên rồi."

Cuối cùng cô hỏi, "Trong tình huống của hai người, tôi cho rằng các bạn muốn có thai thật nhanh?"

"Đúng," Lucy nói. "Chúng tôi muốn bắt đầu ngay lập tức."

"Vậy tôi cho là các bạn nên bắt đầu với thụ tinh ống nghiệm," cô nói.

Khi tôi nhắc tới việc chúng tôi muốn hạn chế số phôi thai được tạo ra và bị hủy, cô trông có chút lúng túng. Hầu hết mọi người tới đây đều đặt tính thiết thực lên đầu. Nhưng tôi quyết tâm tránh né tình huống mà sau khi tôi chết, Lucy phải chịu trách nhiệm với nửa tá số phôi mắc kẹt trong một tủ đông nào đó – phần sót lại mang theo bộ gien của cả hai, sự tồn tại cuối cùng của tôi trên trái đất – mà hủy chúng đi thì quá đau đớn, nhưng cũng không thể làm thành một con người trọn vẹn: những tạo tác của công nghệ mà không ai biết nên hiểu thế nào. Sau vài lần thử thụ tinh nhân tạo cấy vào tử cung, rõ ràng là chúng ta có một bậc công nghệ cao hơn: chúng ta sẽ cần tạo ra ít nhất vài phôi thai trong ống nghiệm và cấy vào tử cung cái nào khỏe mạnh nhất. Những phôi khác sẽ chết. Ngay trong cả việc có con ở cuộc sống mới này, cái chết cũng dự phần.

*

Sáu tuần kể từ lúc bắt đầu chữa trị là đến hẹn cho buổi chụp CT đầu tiên của tôi để xác định tính hiệu lực của Tarceva. Ngay khi tôi ra khỏi máy scan, kỹ thuật viên CT nhìn tôi và nói: "Này bác sĩ, tôi không định nói điều này nhưng có một cái máy tính ở đằng kia nếu anh muốn nhìn một chút." Tôi tải ảnh lên máy chiếu, gõ vào tên của mình.

Mụn nhọt là một dấu hiệu an lòng. Sức khỏe của tôi cũng cải thiện tốt dù vẫn bị hạn chế bởi chứng đau lưng và sự đuối sức. Tôi ngồi đó, tự nhủ về những gì Emma đã nói: Chỉ cần khối u phát triển rất ít, miễn là rất ít thôi, cũng có thể coi là thành công. (Hiển nhiên là cha tôi đã dự đoán rằng tất cả ung thư đều biến mất. "Ảnh chụp của con sẽ sạch bong, Pubby!" ông tuyên bố, gọi tên cún của tôi ở nhà.) Tôi lặp lại với chính mình rằng u phát triển nhỏ thôi cũng là tin mừng rồi, nín thở và nhấn chuột. Ảnh hiện rõ trên màn hình. Hai phổi của tôi, vốn đã từng mờ mịt vô số khối u, giờ sáng rõ trừ một nốt chừng một centimet ngay thùy trên bên phải. Tôi có thể nhìn thấy cột sống tôi đang lành dần. Có một giảm sút rõ ràng về số lượng khối u.

Sự nhẹ nhõm tràn khắp người tôi.

Căn bệnh ung thư đã ổn định.

Khi tôi gặp Emma ngày hôm sau, cô vẫn từ chối nhắc đến tiên lượng bệnh, nhưng cô nói: "Anh khá rồi nên từ giờ chúng ta chỉ cần gặp nhau sáu tuần một lần. Lần tới gặp gỡ, chúng ta có thể nói về chuyện cuộc sống của anh sẽ thế nào." Tôi có thể cảm thấy sự hỗn loạn của những tháng qua lùi xa dần, cảm giác về một trật tự mới ùa đến. Thứ cảm giác co nén về tương lai bắt đầu được thả lỏng.

Một buổi gặp mặt tại địa phương với những bác sĩ phẫu thuật thần kinh tốt nghiệp từ Stanford diễn ra vào cuối tuần đó, và tôi rất mong ngóng cơ hội được nối lại với bản thân tôi trước kia. Dù vậy, việc có mặt ở đó chỉ làm tăng thêm sự đối nghịch trái khoáy về cuộc đời hiện tại của tôi. Tôi bị bao quanh bởi những thành công, khả năng và đam mê, bởi bạn bè và những người đi trước, những người mà cuộc sống đang chạy theo một quỹ đạo không còn là của tôi, những thân thể có thể đứng liên tục trong các ca mổ kéo dài tới tám giờ. Tôi cảm thấy bị mắc kẹt bên trong bài ca Giáng sinh bị đảo ngược: Victoria đang mở ra một hiện tại hạnh phúc – những khoản tài trợ, những lời mời làm việc, các bài báo được đăng – lẽ ra tôi đang cùng chung hưởng. Bạn bè tôi đang sống trong một tương lai không còn là của tôi: những phần thưởng mới vào nghề, thăng tiến, căn hộ mới.

Không ai hỏi về kế hoạch của tôi, thật nhẹ nhõm bởi tôi chẳng có kế hoạch nào cả. Dù lúc này tôi có thể đi lại mà không cần gậy chống, sự bất định có tính tê liệt vẫn lờ mờ: Đi về phía trước, tôi sẽ là ai, và trong bao lâu? Người vô dụng, nhà khoa học, giáo viên? Nhà đạo đức sinh học? Hay như Emma đã ám chỉ, quay trở lại làm bác sĩ phẫu thuật? Ông bố ở xó nhà? Nhà văn? Tôi có thể và nên là ai? Là một bác sĩ, tôi có chút cảm nhận về những gì các bệnh nhân hiểm nghèo phải đối mặt – và đây chính là thời điểm tôi muốn ở bên họ để cùng khám phá. Chẳng phải căn bệnh hiểm nghèo này là món quà hoàn hảo cho chàng trai trẻ người hằng mong thấu hiểu cái chết hay sao? Có cách nào hiểu được nó tốt hơn việc sống trong nó? Nhưng tôi không chắc mọi chuyện sẽ khó khăn tới mức nào, có biết bao nhiêu dạng địa hình tôi cần phải khám phá, định hình và dừng chân. Tôi thường tưởng tượng rằng công việc của bác sĩ giống như một cái gì đó kết nối hai phần đường ray xe lửa nhằm đảm bảo một chuyến đi suôn sẻ cho bệnh nhân. Tôi chưa từng tính tới việc phải đối mặt với cái chết của bản thân lại có thể mất phương hướng và chệch choạc đến vậy. Tôi nghĩ về chính mình thời trẻ, người có lẽ đã muốn "rèn giũa lương tri nhân loại trong lò luyện tâm hồn của tôi"; giờ đây nhìn vào tâm hồn tôi, dù để tôi rèn giũa lương tri chính mình, cũng chỉ có một thứ công cụ giòn vỡ và một ngọn lửa đầy yếu ớt.

Lạc lối trong mảnh đất hoang vô dạng về sự hữu hạn của đời mình, khi không tìm thấy chút lực kéo nào trong những địa hạt nghiên cứu khoa học, những chu trình phân tử nội tế bào, những đường cong vô tận về thống kê tỉ suất sống sót, tôi bắt đầu đọc lại văn học: *Trại Ung Thư* của Solzhenitsyn, *Những Kẻ Bất Hạnh* của B. S. Johnson, *Ivan Ilych* của Tolstoy, *Tâm Hồn và Vũ Trụ* của Nagel, Woolf, Kafka, Montaigne, Frost, Greville, hồi ký của các bệnh nhân ung thư – bất kỳ cái gì của ai đã từng viết về cái chết. Tôi không ngừng tìm kiếm một vốn từ có thể khiến cái chết có nghĩa, để tìm ra cách định nghĩa lại bản thân mình và tiếp tục nhích dần về phía trước. Đặc quyền của trải nghiệm trực tiếp đã dẫn tôi xa rời văn chương và công việc nghiên cứu, nhưng giờ tôi lại cảm thấy để hiểu được những trải nghiệm trực tiếp của bản thân, tôi cần phải dịch ngược chúng thành lời. Hemingway mô tả quá trình này theo cách tương tự: Thu lượm những trải nghiệm phong phú, sau đó lui mình về để suy tư và viết về chúng. Tôi cần chữ nghĩa để tiến lên phía trước.

Và như thế, văn chương đã mang tôi trở lại với cuộc đời trong suốt thời gian đó. Tảng đá hoang mang bất định về tương lai đã nhẹ bớt; ở những nơi tôi đến, hình bóng của cái chết che phủ khiến mọi hành vi đều trở thành vô nghĩa. Tôi nhớ đến khoảnh khắc khi sự bất an tuôn trào bị trấn át, khi cả một đại dương vô định tưởng chừng bất khả vượt qua cuối cùng cũng rẽ nước. Tôi thức giấc trong đau đớn, phải đối mặt với một ngày mới nữa. Ngoài bữa sáng, không có kế hoạch nào có vẻ khả thi. Tôi đã nghĩ mình không thể tiếp tục và rồi ngay lập tức, tiếng hồi đáp vang lên trong câu niệm chú của Samuel Beckett mà tôi đã từng học thời đại học: *Tôi sẽ tiếp tục.* Tôi ra khỏi giường, bước thêm một bước, lặp đi lặp lại mẫu câu: "Tôi không thể tiếp tục. Tôi sẽ tiếp tục."

Sáng hôm đó, tôi đưa ra một quyết định: Sẽ ép buộc bản thân mình quay lại phòng mổ. Tại sao? Bởi vì tôi có thể. Bởi vì đó chính là tôi. Bởi vì tôi phải học cách sống khác, nhìn nhận cái chết như một vị khách không mời nhưng hiểu rằng ngay cả khi tôi phải chết, thì tôi vẫn sẽ sống cho đến lúc thực sự ra đi.

*

Sáu tuần kế tiếp, tôi điều chỉnh chương trình vật lý trị liệu của mình, tập trung vào nâng cao sức lực dành cho việc phẫu thuật: Đứng trong nhiều giờ, thao tác vi thể đối với vật nhỏ, lật úp tay để đặt ốc vít hỗ trợ xương sống.

Thêm một lần chụp CT. Khối u đã co lại một chút nữa. Cùng nhau xem xét những hình ảnh này, Emma nói, "Tôi không biết anh còn bao nhiêu thời gian, nhưng tôi phải nói điều này: Có một bệnh nhân tới trước anh ngày hôm nay đã dùng Tarceva trong bảy năm mà không gặp vấn đề gì cả. Anh vẫn còn con đường dài phải đi trước khi chúng ta có thể an tâm về căn bệnh ung thư này. Nhưng nhìn anh mà nói thì sống thêm mười năm nữa có lẽ không phải là một ý tưởng điên rồ. Anh có thể không làm được vậy, nhưng điều này không hề điên rồ chút nào."

Đó là một tiên lượng bệnh – không, không phải tiên lượng bệnh, mà là minh chứng. Minh chứng cho quyết định trở lại với phẫu thuật, trở lại với cuộc đời của tôi. Một phần trong tôi hồ hởi trước viễn cảnh mười năm. Một phần khác lại ước gì cô đã nói: "Quay trở lại làm một bác sĩ phẫu thuật thần kinh là hơi điên rồ – anh hãy chọn thứ khác nhẹ nhàng hơn." Tôi ngạc nhiên khi nhận ra rằng bất chấp mọi chuyện, vài tháng vừa qua mang tới một chút nhẹ nhõm khi tôi không phải gánh vác trách nhiệm nặng nề mà phẫu thuật thần kinh đòi hỏi. Và một phần trong tôi muốn thoát ra khỏi việc đeo vác cái ách này thêm một lần nữa. Phẫu thuật thần kinh thực sự là một công việc khó khăn và không ai có thể chê trách nếu tôi không quay trở lại. (Mọi người thường hỏi liệu đây có phải là Tiếng gọi trong tôi và câu trả lời của tôi luôn là Có. Bạn không thể coi nó là một công việc đơn thuần được, bởi vì nếu nó là một công việc thì sẽ là thứ công việc tồi tệ nhất trên đời này.) Vài giáo sư của tôi hùng hồn phản đối ý tưởng tôi quay lại: "Không phải cậu nên dành thời gian cho gia đình sao?" ("Ông thì không hả?" tôi tự hỏi. Tôi quyết định quay trở lại bởi vì công việc này, đối với tôi, thật thiêng liêng.) Lucy và tôi vừa leo lên đến đỉnh đồi, lãnh địa của Thung lũng Silicon trải ra dưới chân chúng tôi, nơi đây có những tòa nhà mang tên mọi thành tựu công nghệ và y sinh trong suốt những thập kỷ qua. Nhưng cuối cùng, sự bứt rứt muốn được cầm lại khoan mổ đã trở nên quá thôi thúc. Nghĩa vụ đạo đức cũng có sức nặng của riêng nó, mà bất kỳ điều gì có sức nặng thì đều có trọng lượng. Do đó, nghĩa vụ gánh vác trách nhiệm to lớn này đã kéo tôi trở lại phòng mổ. Lucy hoàn toàn ủng hộ.

Tôi gọi cho giám đốc chương trình để thông báo mình đã sẵn sàng quay trở lại. Anh rất xúc động. Victoria và tôi nói về việc làm sao để tôi có thể quay lại và trở lại nhịp độ công việc một cách tốt nhất. Tôi đề xuất có một đồng nghiệp nội trú luôn sẵn sàng túc trực hỗ trợ tôi trong mọi tình huống nếu chẳng may có chuyện gì không ổn xảy ra. Ngoài ra, tôi chỉ có thể xử lý một ca một ngày. Tôi sẽ không quản lý các bệnh nhân ngoài phòng mổ hay bị gọi bất ngờ. Chúng tôi tiến hành một cách thận trọng. Khi lịch phòng mổ công bố, tôi được giao một ca phẫu thuật cắt bỏ thùy thái dương, một trong những ca mổ yêu thích của tôi. Thông thường, chứng động kinh diễn ra do xáo trộn ở hồi hải mã, vốn nằm sâu trong thùy thái dương. Việc cắt bỏ hồi hải mã có thể chữa được chứng động kinh, nhưng việc phẫu thuật khá phức tạp, đòi hỏi phải nhẹ nhàng cắt bỏ nó ra khỏi lớp nhu mạc, một màng trong suốt mỏng manh bao phủ não bộ phía bên phải gần cuống não.

Tôi dành cả đêm trước để dò qua các loại sách giáo khoa phẫu thuật, xem lại giải phẫu học và các bước trong ca mổ. Tôi ngủ không yên, mơ màng thấy phần góc nghiêng của đầu, chiếc cưa kéo trên hộp sọ và cách mà ánh sáng phản chiếu trên nhu mạc khi thùy thái dương bị cắt bỏ. Tôi ra khỏi giường, mặc áo sơ mi và đeo cà vạt. Tôi đã trả lại tất cả đồng phục mấy tháng trước vì cho rằng mình sẽ không bao giờ cần tới chúng nữa. Tôi tới bệnh viện và thay vào bộ đồ xanh quen thuộc lần đầu tiên trong vòng mười tám tháng. Tôi trò chuyện cùng bệnh nhân để đảm bảo rằng không còn câu hỏi nào sót lại đến phút chót, sau đó bắt đầu quy trình thiết đặt phòng phẫu thuật. Bệnh nhân được luồn ống thở, bác sĩ trực và tôi cọ sạch tay và đã sẵn sàng để bắt đầu. Tôi cầm dao mổ và rạch một đường ngay trên tai, tiến hành một cách chậm rãi, cố gắng đảm bảo mình không quên gì và không phạm sai lầm nào. Dùng dao đốt điện, tôi nhấn sâu đường rạch vào xương, sau đó nhấc phần nắp da lên bằng móc. Mọi thứ cảm thấy thật quen thuộc, ký ức về các cử động ùa về. Tôi nhặt lấy khoan và tạo ra ba lỗ trên hộp sọ. Bác sĩ trực tiêm thêm nước để giữ cho khoan được mát trong khi tôi làm việc. Đổi sang dụng cụ cắt hộp sọ, một chiếc khoan cắt cạnh, tôi nối các lỗ với nhau, giải phóng một phần xương lớn. Nhờ có khe hở, tôi cậy nó ra. Một màng cứng óng ánh bạc nằm đó. Thật may mắn, tôi chưa phá hủy nó bằng khoan; một sai lầm sơ đẳng của người mới vào nghề. Tôi dùng dao sắc để mở màng cứng mà không làm tổn thương tới não. Tiếp tục thành công. Tôi bắt đầu thả mình. Màng cứng được đính tạm ra sau bằng những đường chỉ nhỏ để giữ nó khỏi vướng trong những bước phẫu thuật chính. Bộ não đập nhẹ nhàng và tỏa sáng lấp lánh. Động mạch Sylvian lớn chạy ngang qua đỉnh thùy thái dương, đầy tươi mới. Những xoắn cuộn hồng đào quen thuộc của não bộ như vẫy tay ra hiệu.

Đột nhiên, mắt tôi nhòe đi. Tôi đặt dụng cụ xuống và lui lại. Mảng tối đen lấn rộng hơn, cảm giác chóng mặt ùa tới.

"Xin lỗi," tôi nói với bác sĩ trực. "Tôi hơi chóng mặt một chút. Tôi nghĩ mình phải nằm nghỉ. Jack, nội trú tập sự của tôi sẽ hoàn thành ca mổ."

Jack tới nhanh chóng và tôi rút lui. Tôi uống một ngụm nước cam trong phòng nghỉ, nằm trên ghế sofa. Sau hai mươi phút, tôi bắt đầu thấy khá hơn. "Chứng ngất xỉu do thần kinh tim," tôi tự thì thào. Hệ thần kinh thực vật làm ngưng tim tạm thời. Hoặc, như nó vẫn thường được biết đến, một trường hợp về các dây thần kinh. Một vấn đề "tân binh". Đây không phải là cách mà tôi nghĩ mình sẽ quay trở lại với phòng mổ. Tôi tới phòng thay đồ, ném đống đồ bẩn vào máy giặt và mặc vào bộ quần áo thường dân. Lúc ra ngoài, tôi cầm thêm một xấp đồ sạch. Ngày mai sẽ là một ngày tốt đẹp hơn, tôi tự nói với mình.

Quả là thế. Mỗi ca mổ đều có cảm giác quen thuộc như cũ, nhưng tiến hành chậm hơn chút. Vào ngày thứ ba, khi đang cắt bỏ phần đĩa đệm thoái hóa trong cột sống một bệnh nhân, tôi nhìn chằm chằm vào phần đĩa phồng ra, không nhớ chính xác bước tiếp theo là gì. Vị đồng nghiệp theo dõi nhắc tôi lấy ra từng miếng nhỏ bằng kẹp.

"Ừm, tôi biết chúng ta vẫn thường làm vậy," tôi lẩm bẩm, "nhưng còn một cách khác nữa..."

Tôi ẩm ừ thêm hai mươi phút, bộ não lục tìm cách làm tinh tế hơn tôi đã từng học. Ở nấc xương sống kế tiếp, ký ức lóe lên như một tia chớp.

"Dụng cụ cobb!" tôi gọi to. "Cái vồ. Kerrison."

Tôi nạo bỏ toàn bộ phần đĩa trong vòng ba mươi giây.

"Đây là cách tôi thường làm," tôi nói.

Trong vài tuần tiếp theo, sức khỏe của tôi tiếp tục cải thiện cùng với sự thành thạo và kỹ thuật cá nhân. Đôi tay tôi học lại cách thao tác các mạch máu nhỏ dưới milimet mà không gây tổn thương, những ngón tay tôi làm phép thuật như chúng từng làm trước kia. Sau một tháng, tôi thực hiện gần như trọn vẹn một ca mổ.

Tôi giới hạn bản thân trong các ca mổ, để lại công việc quản lý, chăm sóc bệnh nhân, các cuộc gọi đêm và cuối tuần cho Victoria và các bác sĩ nội trú có kinh nghiệm khác. Dù sao thì tôi cũng đã thành thạo các kỹ năng đó, tôi chỉ cần học thêm các sắc thái phức tạp của những ca mổ để cảm thấy trọn vẹn. Tôi kết thúc chuỗi ngày trong nỗi kiệt sức vô tận, cơ bắp nhức nhối, sức khỏe cải thiện chậm chạp. Sự thực là chẳng có lấy chút niềm vui nào. Thứ khoái lạc nội tâm từng xuất hiện trong các ca mổ nay bỗng biến mất, thay vào đó là lực tập trung sắt đá để vượt qua chứng buồn nôn, sự đau đớn và mệt nhọc. Trở về nhà hằng đêm, tôi nuốt vội từng vốc giảm đau trước khi bò vào giường bên cạnh Lucy, nàng giờ đây cũng đã quay trở lại lịch làm việc. Lucy đang mang bầu ở tam cá nguyệt thứ nhất, em bé dự sinh vào tháng Sáu, lúc đó tôi cũng sẽ hoàn thành chương trình nội trú. Chúng tôi giữ tấm ảnh khi bé mới chỉ là một túi phôi, chụp ngay trước khi cấy vào bụng mẹ. ("Con gái có màng tế bào của em đấy," tôi nhận xét với Lucy.) Dù vậy tôi vẫn kiên tâm khôi phục lại cuộc sống của mình trở lại quỹ đạo trước kia.

Một lần chụp scan nữa sau sáu tháng cho thấy sự ổn định, tôi bắt đầu lại quá trình tìm việc. Với căn bệnh ung thư trong tầm kiểm soát, tôi có thể sẽ có vài năm còn lại. Có vẻ như sự nghiệp mà tôi lao tâm trong nhiều năm để đạt được nay đã quay trở lại trong tầm tay, dù từng có lúc biến mất trong bệnh tật. Tôi gần như đã nghe thấy tiếng kèn trumpet vang lên một khúc ca thắng lợi.

*

Trong lần hẹn kế tiếp với Emma, chúng tôi nói chuyện về cuộc đời và chuyện dòng đời sẽ xô đẩy tôi đến đâu. Tôi nhớ lại Henry Adams từng thử so sánh lực khoa học của một động cơ đốt trong với lực tồn tại của Đức mẹ Đồng Trinh. Những câu hỏi về mặt khoa học nay đã được giải đáp, cho phép những câu hỏi về sự tồn tại được phát huy tối đa, dù rằng cả hai đều nằm trong tầm ảnh hưởng của bác sĩ. Gần đây tôi phát hiện ra vị trí bác sĩ phẫu thuật-nhà khoa học ở Stanford – công việc vốn đoan chắc dành cho riêng tôi – nay đã có người thế chỗ khi tôi đau ốm. Tôi rất đau lòng, và nói với cô điều đó.

"Ừm," cô nói, "thứ bác sĩ-giáo sư này có thể là một cuộc đua thực sự đấy. Nhưng chắc anh đã biết điều đó. Tôi rất tiếc."

"Tôi cho rằng cái khiến tôi thực sự hứng thú là những dự án khoa học kéo dài tới hai mươi năm. Không có kiểu khung thời gian như vậy, tôi không chắc mình sẽ muốn trở thành một nhà khoa học." Tôi cố an ủi bản thân. "Chúng ta đâu thể làm được gì mấy trong vài năm đâu?"

"Đúng. Và nhớ rằng là anh đang rất tuyệt. Anh đã quay trở lại công việc. Anh sắp có con. Anh tìm thấy giá trị của mình và điều đó chẳng dễ dàng gì."

Cuối ngày hôm đó, một trong những giáo sư trẻ, từng là bác sĩ nội trú và là một người bạn thân thiết, chặn tôi lại trên hành lang.

"Này," cô nói. "Trong buổi họp khoa, mọi người đã thảo luận rất nhiều về việc phải làm gì với anh."

"Làm gì với tôi à, thế nào?"

"Tôi nghĩ một vài giáo sư lo lắng về khả năng tốt nghiệp của anh."

Tốt nghiệp chương trình nội trú đòi hỏi hai việc: đáp ứng một danh sách những yêu cầu cấp quốc gia và địa phương (cái này tôi đã hoàn thành) và sự chúc phúc của cả khoa.

"*Sao?*" tôi nói. "Tôi không có ý tự phụ, nhưng mà tôi là một tay phẫu thuật tốt, tốt như bất kỳ —"

"Tôi biết. Tôi nghĩ họ có lẽ chỉ muốn thấy anh làm trọn vẹn công việc của một bác sĩ chính. Đó là vì họ thích anh. Nghiêm túc đấy."

Tôi nhận ra đó là sự thực: Trong vài tháng trước đó, tôi làm việc như một kỹ thuật viên phòng mổ đơn thuần. Tôi đã dùng căn bệnh ung thư như một cái cớ để không làm trọn vẹn trách nhiệm đối với bệnh nhân. Mặt khác, đó dù sao cũng là một cái cớ tốt, thật chết tiệt. Giờ đây tôi bắt đầu tới sớm hơn, về muộn hơn, quay trở lại việc chăm sóc bệnh nhân, thêm vào bốn tiếng cho mỗi ngày làm việc vốn kéo dài mười hai giờ. Các bệnh nhân do đó lại trở thành tiêu điểm suy nghĩ của tôi trong mọi lúc. Hai ngày đầu tiên tôi đã nghĩ là mình phải bỏ cuộc khi chiến đấu với từng cơn buồn nôn dồn dập, nỗi đau và sự mệt mỏi, buộc phải lủi về ngủ trên chiếc giường không sử dụng trong những lúc mất tinh thần. Nhưng tới ngày thứ ba, tôi bắt đầu tận hưởng công việc bất kể người ngợm suy nhược. Kết nối với bệnh nhân mang tới ý nghĩa trong công việc. Tôi uống thuốc chống nôn mửa và thuốc chống viêm không chứa steroid (NSAID) giữa những ca mổ và trước mỗi phiên làm việc. Tôi chịu đựng đau đớn, nhưng tôi đã trở lại một cách trọn vẹn. Thay vì tìm đến một chiếc giường không ai dùng, tôi bắt đầu nghỉ ngay trên ghế sofa của các bác sĩ nội trú, theo dõi họ khi chăm sóc bệnh nhân và giảng giải trong lúc chịu đựng những cơn co thắt lưng. Cơ thể càng bị tra tấn tôi càng say mê làm việc. Cuối tuần đầu tiên, tôi ngủ liên tục trong bốn mươi giờ đồng hồ.

Tôi cũng dần chủ động hơn:

"Sếp," tôi nói, "Tôi đang xem lại các ca cho ngày mai, tôi biết ca đầu tiên là liên bán cầu nhưng có lẽ sẽ an toàn và dễ dàng hơn nếu chúng ta thử xuyên vỏ não vùng đỉnh."

"Vậy sao?" bác sĩ trực nói. "Để tôi xem lại các bản chụp... ừ đúng đấy. Anh thay đổi lại lịch đặt được không?"

Ngày hôm sau: "Xin chào, tôi Paul đây. Tôi mới gặp ông F và gia đình ở đơn vị chăm sóc đặc biệt – tôi nghĩ chúng ta cần thực hiện mổ ACDF[1] cho ông ấy vào ngày mai. Tôi đặt lịch được chứ? Khi nào anh rảnh?"

Và như vậy tôi đã quay lại với nhịp làm việc trọn vẹn ở phòng mổ.

"Y tá, cô có thể nhắn cho bác sĩ S được không? Tôi nghĩ tôi sẽ làm xong ca này trước khi anh ấy đến."

"Tôi đã kết nối được rồi. Anh ấy nói anh có lẽ chưa xong được đâu."

Bác sĩ trực chạy tới, thở hổn hển, thay đồ và ngó vào kính hiển vi.

"Tôi chọn một góc khá nhọn để tránh xoang," tôi nói, "nhưng cả khối u đã ra rồi."

"Cậu tránh được xoang sao?"

"Đúng."

"Và loại bỏ nó nguyên khối?"

"Đúng, anh có thể nhìn, nó đang trên bàn."

"Trông tuyệt. Tuyệt đấy. Làm sao cậu có thể làm nhanh vậy? Xin lỗi tôi không đến sớm hơn được."

"Không vấn đề gì."

---

1. Kỹ thuật mổ ACDF (Anterior Cervical Discectomy and Fusion – mổ lấy đĩa đệm, ghép xương cột sống cổ lối trước). (DG)

Một phần kỳ quái của bệnh tật đó là khi phải trải qua nó, giá trị của bạn không ngừng thay đổi. Bạn phải tìm ra điều gì là quan trọng với mình và sau đó lại tiếp tục tìm kiếm. Tôi cảm thấy giống như ai đó lấy đi thẻ tín dụng của mình và tôi phải học cách chi tiêu sao cho hợp lý. Bạn có thể quyết định rằng bạn muốn dành thời gian để làm một bác sĩ phẫu thuật, nhưng hai tháng sau có thể bạn sẽ thấy khác. Hai tháng sau đó, bạn có thể muốn học chơi saxophone hay cống hiến cho nhà thờ. Chết là sự kiện chỉ xảy ra trong chốc lát, nhưng sống cùng bệnh hiểm nghèo lại là cả một quá trình.

Tôi ngạc nhiên nhận ra mình đã trải qua cả năm pha đau buồn – chuỗi rập khuôn "Phủ nhận → Tức giận → Mặc cả → Suy sụp → Chấp nhận" – nhưng lại theo chiều ngược lại. Khi nghe chẩn đoán, tôi đã chuẩn bị cho cái chết. Tôi thậm chí còn cảm thấy ổn. Tôi đã chấp nhận nó. Tôi đã sẵn sàng. Sau đó tôi rơi vào trạng thái suy sụp khi biết rằng mình có lẽ chưa chết ngay, điều này dĩ nhiên là chuyện tốt, nhưng cũng rất bối rối và mệt mỏi lạ kỳ. Tốc độ phát triển của khoa học ung thư và các thống kê cho thấy rằng tôi có thể sống thêm một năm hoặc thậm chí thêm mười năm nữa. Những căn bệnh lớn thường làm sáng tỏ cuộc đời. Vậy nhưng tôi chỉ biết rằng tôi sẽ chết – điều mà tôi cũng đã biết trước rồi. Tình trạng hiểu biết của tôi vẫn vậy nhưng khả năng lập kế hoạch ăn trưa thì bị quẳng xuống địa ngục. Con đường phía trước có lẽ sẽ rõ ràng nếu như tôi biết chính xác mình còn bao nhiêu tháng, bao nhiêu năm. Cho tôi ba tháng, tôi dành thời gian cho gia đình. Cho tôi một năm, tôi sẽ viết sách. Cho tôi mười năm, tôi quay trở lại với việc chữa bệnh. Cái sự thực rằng bạn sẽ sống thêm từng ngày từng ngày một chẳng có ý nghĩa gì: Tôi sẽ làm gì với ngày đó đây?

Tại thời điểm nào đó, tôi bắt đầu mặc cả một chút – hoặc cũng không hẳn là mặc cả. Kiểu như: "Lạy Chúa, con đã đọc Job, và con không hiểu nó, nhưng nếu đây là bài thử về đức tin, Cha có lẽ đã biết đức tin của con khá yếu ớt, và có lẽ cai hẳn được việc cứ phải cho mù tạt cay vào bánh kẹp thịt bò cũng kiểm tra được chứ sao? Cha đâu cần phải mạnh tay thế này…" Sau đó, sau những lần mặc cả là cơn tức giận kéo đến: "Con đã làm việc cả đời để đạt được chừng này, giờ Cha mang đến cho con ung thư sao?"

Và giờ, cuối cùng, tôi đã đi tới mức Phủ nhận. Có lẽ là phủ nhận hoàn toàn. Có lẽ, khi không có sự chắc chắn nào cả chúng ta đành mặc định rằng mình sẽ sống rất lâu. Có lẽ đó là cách duy nhất để nhìn về phía trước.

Tôi thường phẫu thuật tới đêm muộn hoặc tới tận sáng sớm, tập trung vào việc tốt nghiệp. Chẩn đoán bệnh đã là chuyện chín tháng trước. Cơ thể tôi bị hạ gục. Tôi quá mệt chẳng muốn ăn chút gì đó mỗi lần về nhà. Tôi tăng dần liều lượng Tylenol và NSAID và thuốc chống nôn mửa. Tôi bắt đầu bị ho không ngừng, có lẽ là do những vết sẹo trên phổi do các khối u đã chết. Tôi tự nhủ rằng mình chỉ cần duy trì nhịp độ tàn nhẫn này thêm đôi ba tháng nữa thôi và rồi tôi sẽ tốt nghiệp chương trình nội trú, và ổn định trong vị trí thư thả hơn của một giáo sư.

Vào tháng Hai, tôi bay tới Wisconsin cho một cuộc phỏng vấn. Họ chào mời mọi thứ mà tôi mong muốn: Hàng triệu đô la để mở phòng thí nghiệm khoa học thần kinh, đứng đầu một cơ sở dịch vụ lâm sàng của riêng tôi, sự linh động nếu tôi cần để chăm sóc sức khỏe bản thân, chức danh giáo sư được bổ nhiệm chính thức, những đề nghị hấp dẫn về công việc cho Lucy, lương cao, cảnh đẹp, thị trấn điền viên, lãnh đạo hoàn hảo. "Tôi hiểu vấn đề sức khỏe của anh, và anh có lẽ có quan hệ gắn bó với bác sĩ ung thư của mình," chủ nhiệm khoa nói với tôi. "Do đó nếu anh muốn duy trì việc chăm sóc sức khỏe ở đó, chúng tôi sẽ cấp vé máy bay để anh di chuyển qua lại – dù rằng chúng tôi cũng có trung tâm ung thư hàng đầu ở đây nếu anh muốn thử khám phá. Liệu còn gì tôi có thể làm khiến cho vị trí này hấp dẫn hơn nữa không?"

Tôi nghĩ về những gì Emma đã nói. Tôi đi từ việc không thể tin rằng mình có thể trở thành bác sĩ phẫu thuật tới khi trở thành một bác sĩ phẫu thuật. Một sự chuyển đổi mang theo lực đổi đức tin. Cô đã luôn lưu tâm về phần nhân diện này của tôi ngay cả khi tôi không thể. Cô đã làm những gì tôi từng thử thách bản thân mình nhiều năm trước trong vai trò của một bác sĩ: Chấp nhận trách nhiệm to lớn đối với linh hồn tôi và đưa tôi trở lại vị trí tôi có thể quay lại với chính bản thân mình. Tôi đã đạt được những đỉnh cao trong việc học nghề phẫu thuật thần kinh, mục tiêu trở thành không chỉ một bác sĩ phẫu thuật mà là bác sĩ phẫu thuật kiêm nhà khoa học. Mọi thực tập sinh đều khao khát điều này; nhưng hầu như không ai làm được điều đó.

Đêm đó, ngài chủ nhiệm khoa đưa tôi về khách sạn sau bữa tối. Ông dừng xe và tấp vào bên đường. "Để tôi cho anh thấy điều này," ông nói. Chúng tôi ra ngoài và đứng trước bệnh viện, nhìn qua một hồ nước đóng băng, phía bờ hồ tít xa tỏa sáng lấp lánh ánh đèn chiếu ra từ các tòa nhà. "Vào mùa hè, anh có thể bơi hoặc chèo thuyền đi làm. Vào mùa đông, anh có thể trượt băng hay trượt ván."

Hệt như chuyện cổ tích. Và chính tại khoảnh khắc đó, tôi như bị sét đánh: Nó thực sự là chuyện cổ tích. Chúng tôi sẽ không bao giờ có thể chuyển đến Wiscousin. Nếu bệnh của tôi tái phát nghiêm trọng trong vòng hai năm thì sao? Lucy sẽ bị cô lập, tước đoạt ra khỏi vòng tay bạn bè và gia đình, một mình chăm lo cho người chồng sắp chết và em bé mới sinh. Càng cố cưỡng lại nó, tôi càng điên tiết nhận ra rằng căn bệnh ung thư đã thay đổi toàn bộ phép tính. Trong vài tháng trước, tôi đã nỗ lực từng tí một để khôi phục cuộc sống trở lại với quỹ đạo trước kia, cố gắng phủ nhận việc nó có ảnh hưởng tới cuộc đời mình. Giờ đây tôi muốn được cảm nhận chiến thắng, nhưng thay vì đó tôi chỉ cảm thấy thân thể mình như bị những chiếc càng cua kẹp lại, và tôi vùng vẫy trong vô vọng. Lời nguyền ung thư tạo ra một sự tồn tại căng cứng và lạ kỳ, thử thách tôi đừng để bị đui mù hay trói buộc bởi cái chết tới gần. Ngay cả khi căn bệnh tạm rút lui, nó vẫn là một ám ảnh lớn.

Khi tôi vừa đánh mất vị trí giáo sư ở Stanford, tôi an ủi bản thân rằng điều hành một phòng thí nghiệm chỉ hợp lý trong bối cảnh thời gian khoảng hai mươi năm. Giờ tôi nhận ra đó là một thực tế. Freud bắt đầu sự nghiệp của ông là một nhà khoa học thần kinh xuất sắc. Khi ông thấy rằng khoa học thần kinh cần tới ít nhất một thế kỷ để có thể bắt kịp với tham vọng thực sự của ông trong việc tìm hiểu bộ não, ông đã gạt kính hiển vi của mình sang một bên. Tôi nghĩ tôi cảm thấy tương tự. Dùng nghiên cứu của mình để làm thay đổi ngành phẫu thuật thần kinh là một canh bạc mà khả năng thắng cuộc chỉ là rất nhỏ xét tới chẩn đoán bệnh của tôi; phòng nghiên cứu không phải là nơi mà tôi muốn đặt cược toàn bộ thời gian còn lại của mình.

Tôi lại nghe thấy tiếng của Emma vang lên: *Anh phải tìm ra điều gì là quan trọng nhất với mình.*

Nếu tôi không còn muốn tìm cách bay trên quỹ đạo cao nhất của một bác sĩ phẫu thuật thần kinh kiêm nhà khoa học, vậy tôi muốn gì?

Một người cha?

Một bác sĩ phẫu thuật thần kinh?

Dạy học?

Tôi không biết. Nhưng ngay cả khi tôi không biết mình muốn gì, tôi cũng đã học được một điều, một điều không hề có trong Hippocrat, Maimonide, hay Osler: nghĩa vụ của bác sĩ không phải là ngăn chặn cái chết hay đưa bệnh nhân trở lại cuộc sống cũ của họ, mà là ôm lấy bệnh nhân cũng như gia đình họ trong vòng tay, những người mà cuộc sống đang dần tan vỡ và làm việc cho tới khi họ có thể đứng dậy, đối mặt, và hiểu được sự tồn tại của chính bản thân mình.

Sự ngạo mạn của chính tôi, một bác sĩ phẫu thuật, đang hiện ra trần trụi trước mắt tôi: khi tôi dồn mọi chú ý vào trách nhiệm và quyền lực của tôi đối với cuộc đời bệnh nhân, nó chỉ là thứ trách nhiệm tạm thời, một quyền lực phù du. Một khi cơn khủng hoảng được giải quyết, bệnh nhân thức tỉnh, tháo ống thở, và sau đó là được cho xuất viện, họ và người thân sẽ tiếp tục sống – mọi thứ sẽ không bao giờ trở lại như cũ. Những lời của bác sĩ có thể làm xoa dịu tâm hồn, giống như con dao mổ của ông ta làm dịu đi căn bệnh trên não. Dù vậy họ sẽ vẫn luôn phải vật lộn với những bất định và sự hoành hành, cả về mặt cảm xúc và thể chất, của bệnh tật.

Emma không mang lại cho tôi nhân diện cũ. Cô bảo vệ khả năng rèn giũa ra một con người mới của tôi. Và cuối cùng thì tôi cũng biết mình sẽ phải làm vậy.

Một buổi sáng mùa xuân trời trong như pha lê của Chủ nhật thứ ba mùa chay[1], Lucy và tôi tới nhà thờ cùng cha mẹ. Ông bà từ Arizona bay sang thăm chúng tôi vào cuối tuần. Chúng tôi ngồi bên nhau trên một băng ghế gỗ dài có tựa lưng, mẹ tôi bắt đầu một cuộc trò chuyện phiếm với gia đình bên cạnh, ban đầu là khen ngợi đôi mắt của cô con gái nhỏ, sau đó nhanh chóng chuyển tới những vấn đề khác. Kỹ năng lắng nghe, tâm tình và kết nối của bà thể hiện sắc bén. Bài đọc thánh kinh của linh mục bỗng khiến tôi khúc khích. Nó mô tả hình ảnh một Đức Chúa đầy chán nản khi thứ ngôn ngữ ẩn dụ của Ngài bị dịch ra theo nghĩa đen tầm thường bởi đám con chiên:

> Chúa Jesus trả lời, "Ai uống nước giếng này rồi sẽ lại khát; nhưng ai uống nước Ta cho thì sẽ không bao giờ còn khát nữa, vì nước Ta cho ai thì nơi người ấy sẽ trở thành mạch nước vọt đến sự sống đời đời." Người đàn bà thưa, "Thưa Ngài, xin cho tôi nước đó, để tôi chẳng còn khát hay khỏi phải đến đây kéo nước làm gì."

---

1. Nguyên văn: *Third Sunday of Lent*, bắt nguồn từ tiếng Anglo-Saxon, "Lencten", nghĩa là "mùa xuân" (spring) và từ "Lencentid" là từ dùng cho tháng Ba (March), là tháng của mùa hãm mình, hy sinh và sám hối.

Cùng lúc đó, môn đệ của ngài thúc giục, "Rabbi, ăn đi." Nhưng ngài nói với họ, "Ta có thức ăn mà các người không biết." Các môn đệ lần lượt nói với nhau, "Rốt cục là ai đã đem đồ ăn đến cho ngài?"

Những đoạn như thế này có một sự châm chích rõ ràng về việc đọc Kinh theo đúng nghĩa đen câu chữ. Điều này mang tôi trở lại với Thiên Chúa giáo sau một khoảng thời gian dài kể từ thời đại học, khi đó cảm nhận của tôi về Thánh thần và Chúa Jesus, nói một cách giảm nhẹ, thì là đã trở nên hời hợt. Trong suốt thời gian tôi tại vị ở trường phái vô thần đầy cứng rắn, vũ khí chính chống lại Thiên Chúa giáo là sự thất bại của nó ở những cơ sở thực nghiệm. Rõ ràng những lý luận đầy khai sáng mang đến một vũ trụ mạch lạc và chặt chẽ hơn nhiều. Rõ ràng con dao cạo của Ockham[1] đã giải thoát người theo nó khỏi niềm tin mù quáng. Không có minh chứng nào về Chúa, do đó, thật chẳng có lý do gì để *tin* vào Chúa.

Tôi sinh trưởng trong một gia đình Thiên Chúa mộ đạo, hằng đêm chúng tôi đều cầu nguyện và đọc Kinh. Dù vậy, tôi, giống như hầu hết mẫu người khoa học khác, chỉ

---

1. Dao cạo Ockham là một lý thuyết triết học nổi tiếng của nhà triết học người Anh William xứ Ockham. William đã viết rằng lời giải thích đơn giản nhất thường là lời giải thích xác đáng nhất, hoặc "Điều gì có thể được giải thích bằng ít giả thuyết hơn thì lại được giải thích một cách vô ích bằng nhiều giả định hơn".

tin vào những nhận thức vật chất hữu hình về hiện thực, tin vào quan điểm khoa học tuyệt đối có thể đưa đến một lý thuyết siêu hình học trọn vẹn, gạt bỏ đi những khái niệm lỗi thời như linh hồn, Chúa, và những người đàn ông da trắng rậm râu mặc áo choàng. Thời thanh niên đôi mươi, tôi đã dành nhiều thời gian xây dựng cái khung cho sự nỗ lực như vậy. Tuy nhiên, cuối cùng thì vấn đề cũng trở nên rõ ràng: biến khoa học thành người nắm toàn quyền của siêu hình học tức là loại bỏ không chỉ Chúa khỏi thế giới mà còn cả tình yêu, sự thù hận, và lẽ sống – coi một thế giới mà tự thân nó là hiển nhiên *không phải* thế giới mà chúng ta đang sống. Điều đó không có nghĩa là nếu bạn tin vào ý nghĩa sống, bạn cũng phải tin vào Chúa. Điều đó tức là nếu bạn tin rằng khoa học không chứng tỏ gì về Chúa, bạn sẽ gần như bị bắt buộc phải kết luận rằng khoa học sẽ không chứng tỏ gì về lẽ sống, và do đó bản thân cuộc sống chẳng có ý nghĩa gì cả. Nói theo cách khác, những luận điệu về sự tồn tại chẳng có vai trò gì, mọi kiến thức đều chỉ là kiến thức khoa học.

Thế nhưng, nghịch lý là, các phương pháp khoa học chỉ là sản phẩm của bàn tay con người và do đó không thể vươn tới sự thật vĩnh cửu. Chúng ta xây dựng lý thuyết khoa học để sắp xếp và thao túng thế giới, để quy các hiện tượng thành các đơn vị có thể quản lý được. Khoa học được dựa trên khả năng lặp lại và tính khách quan nó tạo ra. Ngoài việc điều đó hình thành cho khoa học khả năng tạo ra các nhận định về vật chất và năng lượng, nhưng đồng thời cũng khiến các kiến thức khoa học không thể áp dụng được đối với bản chất mang tính bản năng và tồn tại của cuộc sống con người, vốn là độc nhất, chủ quan và không thể dự đoán. Khoa học có thể cung cấp cách hữu dụng nhất để tổ chức các dữ liệu thực nghiệm, lặp đi lặp lại, nhưng quyền năng để làm được điều đó của nó lại được dựa trên sự bất lực trong việc thấu hiểu những mặt chính yếu nhất của con người: hy vọng, sợ hãi, tình yêu, thù hận, vẻ đẹp, ghen tị, tôn sùng, yếu ớt, đấu tranh, chịu đựng, và đức hạnh.

Giữa những đam mê cốt lõi này và lý thuyết khoa học sẽ luôn tồn tại một khoảng cách. Không có hệ tư duy nào chứa được sự trọn vẹn của trải nghiệm con người. Lĩnh vực siêu hình học vẫn là lĩnh vực khám phá (suy cho cùng, thứ mà Ockham nhắc đến là cái này chứ không phải chủ nghĩa vô thần). Và chủ nghĩa vô thần chỉ được chứng minh là đúng dựa trên những cơ sở này mà thôi. Người theo thuyết vô thần đầu tiên khi ấy là vị chỉ huy pháo đài của Graham Greene trong tác phẩm *Quyền Lực và Vinh Quang*, với thuyết vô thần xuất phát từ sự mặc khải về sự không hiện hữu của Chúa. Chủ nghĩa vô thần thực sự duy nhất phải được dựa trên tầm nhìn tạo ra thế giới. Câu trích dẫn ưa thích của rất nhiều người theo thuyết vô thần từ nhà sinh học Pháp được trao giải Nobel Jacques Monod đều không lột tả được khía cạnh soi sáng này: "Giao ước cổ phân thành nhiều mảnh; con người cuối cùng cũng hiểu được anh ta cô đơn trong cái bao la vô tình của vũ trụ, ở trong đó sự xuất hiện của con người chỉ là ngẫu nhiên."

Thế nhưng tôi quay lại với những giá trị trung tâm của Thiên Chúa giáo – sự hy sinh, chuộc tội, tha thứ – bởi vì tôi thấy chúng thật hấp dẫn. Có một sự căng thẳng trong Kinh thánh giữa công lý và sự bao dung, giữa Cực Ước và Tân Ước. Và Tân Ước nói rằng bạn sẽ không bao giờ đủ nhân ái: nhân ái là một thứ quan trọng nhất mà bạn sẽ không bao giờ đạt đến. Tôi tin rằng thông điệp chính của Chúa Jesus là lòng nhân ái luôn luôn chiến thắng công lý.

Không chỉ vậy mà có lẽ thông điệp cơ bản của tội ác nguyên thủy không phải là "luôn cảm thấy có lỗi." Có lẽ nó là gì đó giữa những dòng sau: "Chúng ta đều có ý niệm về việc là người tốt có nghĩa là gì, và chúng ta sẽ không phải lúc nào cũng làm được người tốt." Có lẽ suy cho cùng đó mới là thông điệp của kinh Tân Ước. Thậm chí ngay cả khi bạn có một ý niệm được định nghĩa rõ ràng như Leviticus[1], bạn cũng không thể sống theo cách đó. Điều đó không chỉ là bất khả, mà là điên rồ.

---

1 Sách Lêvi hay Quyển thứ ba trong Kinh thánh Do Thái và Cựu Ước, sau *Sáng thế* và *Xuất hành*. (DG)

Hiển nhiên tôi không thể nói điều gì rõ ràng về Chúa, nhưng hiện thực cơ bản của cuộc sống con người có tính thuyết phục hơn nhiều so với quyết định luận mù quáng. Hơn nữa, không ai, kể cả tôi, công nhận sự mặc khải/ soi dẫn có được là nhờ bất kỳ thứ quyền uy tri thức nào. Chúng ta đều là những người có lý trí – soi sáng là không đủ. Thậm chí ngay cả khi Chúa nói gì với chúng ta, chúng ta đều sẽ chỉ coi đó là hoang tưởng.

Rốt cục, tôi tự hỏi, những nhà siêu hình học khát khao làm điều gì?

Từ bỏ?

Gần như vậy.

Vật lộn để tiến tới chữ T in hoa – Truth (Chân lý), nhưng nhận ra nhiệm vụ là bất khả thi – hay dù nếu có thể có được một câu trả lời, thì sự xác minh là không thể.

Cuối cùng, không thể nghi ngờ rằng mỗi chúng ta chỉ có thể nhìn thấy một phần bức tranh. Bác sĩ nhìn thấy một phần, bệnh nhân thấy phần thứ hai, kỹ sư phần thứ ba, nhà kinh tế phần thứ tư, người săn ngọc trai phần thứ năm, kẻ nghiện rượu phần thứ sáu, anh thợ cáp phần thứ bảy, bác chăn cừu phần thứ tám, tên ăn xin người Ấn Độ phần thứ chín, mục sư phần thứ mười. Kiến thức của con người sẽ không bao giờ chứa đựng chỉ trong một con người. Nó nảy sinh từ mối quan hệ mà chúng ta tạo ra giữa mỗi con người với nhau và với thế giới, và vẫn không bao giờ hoàn chỉnh. Và Sự thực đến từ đâu đó cao hơn tất thảy mọi thứ, một nơi khá giống như lời mô tả trong bài kinh được giảng cuối Chủ nhật ấy:

Cả người gieo lẫn kẻ gặt đều hân hoan. Thật vậy, câu tục ngữ "kẻ này gieo, người kia gặt" ở đây quả là đúng! Ta gửi các con đến gặt hái những gì các con không làm; kẻ khác đã thay con làm việc đó, và con đến chia phần trái ngọt từ công việc của họ.

Tôi nhảy ra khỏi máy chụp CT. Đã bảy tháng kể từ khi quay lại với phẫu thuật. Đây có lẽ là lần chụp cuối trước khi hoàn thành chương trình nội trú, trước khi trở thành một người cha, trước khi tương lai của tôi thành hiện thực.

"Có muốn xem không bác sĩ?" kỹ thuật viên nói.

"Không phải lúc này," tôi nói. "Tôi có rất nhiều việc phải làm hôm nay." Đã sáu giờ tối rồi. Tôi còn phải đi gặp bệnh nhân, sắp xếp lịch phòng mổ cho ngày mai, xem lại phim chụp, đọc các ghi chú lâm sàng cho người khác chép, kiểm tra hậu phẫu thuật và nhiều việc khác. Khoảng tám giờ tối, tôi ngồi trong văn phòng phẫu thuật thần kinh, bên cạnh trạm xem phim chụp X-quang. Tôi bật máy, xem ảnh chụp bệnh nhân của hôm tới – hai ca cột sống đơn giản – và cuối cùng, gõ vào tên tôi. Tôi kéo qua từng ảnh như thể chúng chỉ là cuốn sách lật mở của trẻ con, so sánh tấm đầu tiên và tấm cuối cùng. Mọi thứ trông y hệt, khối u cũ vẫn duy trì như trước... khoan đã...

Tôi kéo lại ảnh. Nhìn kỹ lần nữa.

Ở đó. Một khối u mới, lớn, lấp kín thùy giữa phải. Nó trông kỳ quái, hệt như một mặt trăng tròn đã gần như vượt ra ngoài đường chân trời. Quay trở lại ảnh cũ, tôi chỉ có thể thấy nhìn ra dấu ấn mờ nhạt nhất của nó, một dấu hiệu ma quái nay đã được đưa ra trọn vẹn đến với thế giới.

Tôi không tức giận cũng không sợ hãi. Đơn giản là thế. Đó là một thực tế về thế giới, giống như khoảng cách từ mặt trời tới trái đất. Tôi lái xe về và nói với Lucy. Đó là đêm thứ Năm và chúng tôi sẽ không gặp Emma cho đến thứ Hai. Lucy và tôi ngồi trong phòng khách, bên cạnh chiếc máy tính để vạch lịch trình cho những bước tiếp theo: làm sinh thiết, xét nghiệm, hóa trị. Phương pháp chữa trị lần này sẽ khó khăn hơn, khả năng sống một cuộc đời dài lâu càng xa hơn nữa. Lại là Eliot: "Nhưng sau lưng trong tiếng gió lạnh tôi nghe / Tiếng lách cách của xương, và tiếng khúc khích từ tai này qua tai khác." Phẫu thuật thần kinh sẽ là bất khả thi trong vài tuần kế tiếp, có lẽ vài tháng, có lẽ là mãi mãi. Nhưng chúng tôi quyết định rằng mọi chuyện có thể đợi tới thứ Hai sẽ rõ trắng đen. Hôm nay là thứ Năm và tôi đã có kế hoạch phẫu thuật cho ngày mai. Tôi bố trí một ngày cuối cùng trong chương trình nội trú.

Khi ra khỏi xe vào năm giờ hai mươi phút sáng hôm sau tại bệnh viện, tôi hít một hơi thật sâu, ngửi thấy mùi bạch đàn và... đó có phải cây thông? Tôi chưa từng phát hiện ra nó. Tôi gặp nhóm nội trú, tập trung cho phiên làm việc buổi sáng. Chúng tôi xem lại những sự kiện đêm trước, những người mới nhập viện, những bản scan mới, sau đó đi gặp bệnh nhân trước thảo luận M&M (hay hội thảo về tỉ suất bệnh và tử vong) – một buổi họp thường lệ trong đó các bác sĩ phẫu thuật thần kinh cùng nhau xem xét lại sai lầm đã mắc và các ca bị hỏng. Sau đó, tôi dành thêm vài phút với bệnh nhân, ông R. Ông mắc phải một hội chứng hiếm gặp gọi là Gerstmann tại nơi mà khi tôi cắt bỏ khối u não, ông bắt đầu biểu hiện vài dấu hiệu thiếu hụt đặc biệt: mất khả năng viết, gọi tên ngón tay, tính số, phân biệt trái phải. Tôi chỉ gặp trường hợp này một lần khi còn là sinh viên Y khoa tám năm về trước, một trong những bệnh nhân đầu tiên tôi theo dõi trong phẫu thuật thần kinh. Giống như trường hợp năm ấy, ông R tỏ ra khá phởn phơ – tôi tự hỏi liệu đó có phải là một phần hội chứng mà chưa ai từng mô tả trước đó. Dẫu sao thì ông R cũng đang khá dần lên: Khả năng nói đã trở lại gần như bình thường, và kỹ năng tính toán chỉ kém hơn một chút. Ông rất có khả năng sẽ bình phục hoàn toàn.

Buổi sáng trôi qua. Tôi cọ sạch tay cho ca mổ cuối cùng. Đột nhiên khoảnh khắc đó trở nên vĩ đại. Lần cọ rửa cuối sao? Có lẽ là vậy. Tôi nhìn dung dịch xà phòng nhỏ giọt qua cánh tay, rơi xuống ống nước. Tôi bước vào phòng mổ, mặc áo phẫu thuật và kiểm tra tấm vải phủ bệnh nhân, đảm bảo mọi góc vải đều gọn gàng ngay ngắn. Tôi muốn ca mổ này phải hoàn hảo. Tôi mở phần da ở phần lưng dưới. Ông là một người đàn ông có tuổi và cột sống đã bị thoái hóa, chèn vào rễ thần kinh dẫn đến các cơn đau đớn. Tôi kéo phần mỡ cho tới khi cân mạc hiện ra và tôi có thể cảm thấy đầu cột sống. Tôi mở cân mạc và cắt bỏ suôn sẻ phần cơ một thành, cho tới khi chỉ có phần cột sống lấp lánh hiện giữa vết thương, sạch sẽ và không dính máu. Bác sĩ trực đi thơ thẩn trong lúc tôi cắt bỏ phiến màng, tường sau của cột sống, nơi xương bị phát triển quá đà cùng dây chằng bên dưới chèn vào dây thần kinh.

"Trông tốt đấy," anh nói. "Nếu cậu muốn tới buổi hội thảo hôm nay, tôi sẽ cho một đồng nghiệp tới để kết thúc."

Lưng tôi bắt đầu đau. Tại sao tôi lại không thêm một liều NSAID trước đó cơ chứ? Dù sao thì ca mổ này cũng cần phải kết thúc nhanh chóng. Tôi đã sắp xong rồi.

"Không," tôi nói. "Tôi muốn hoàn thiện ca này."

Bác sĩ trực sát trùng và chúng tôi cùng hoàn thành việc cắt bỏ xương thừa. Anh bắt đầu từ phần dây chằng, bên dưới nó là phần màng cứng có chứa dịch xương sống và rễ thần kinh. Lỗi phổ biến nhất ở giai đoạn này là cắt nhầm một lỗ trên màng cứng. Tôi làm việc ở phía đối diện. Nhìn liếc qua, tôi thấy gần dụng cụ của anh ánh lên một tia xanh lam, bắt đầu để lộ ra chút màng cứng.

"Cẩn thận!" tôi nói, đúng lúc đó đầu dụng cụ của anh chạm vào màng cứng. Dòng dịch cột sống tràn vào vết thương. Hơn một năm qua tôi chưa từng bị rò rỉ trong bất kỳ ca mổ nào của mình. Để khắc phục nó cần tới cả giờ.

"Lấy kính hiển vi ra," tôi nói. "Chúng ta bị rỉ."

Vào thời điểm chúng tôi kết thúc việc sửa chữa và loại bỏ phần mô mềm biến dạng, lưng tôi nhức nhối. Bác sĩ trực xé găng tay, xin lỗi và nói lời cám ơn, bỏ tôi lại với việc khâu vết mổ. Những lớp mô đính vào nhau ổn thỏa. Tôi bắt đầu khâu da bằng một loại chỉ nylon. Hầu hết các bác sĩ phẫu thuật dùng ghim dập nhưng tôi tin rằng nylon có tỉ lệ nhiễm trùng thấp hơn và chúng tôi sẽ thực hiện lần khâu lại cuối cùng này theo cách của tôi. Lớp da được đính vào nhau một cách hoàn hảo không căng kéo, như thể chưa từng có ca phẫu thuật nào diễn ra.

Tốt. Một điều tốt.

Khi chúng tôi tháo lớp phủ trên người bệnh nhân, y tá phòng mổ, một người tôi chưa từng cộng tác, nói: "Anh trực cuối tuần này sao bác sĩ?"

"Không." *Và có lẽ là không bao giờ nữa.*

"Vậy anh còn ca nào hôm nay không?"

"Không," *Và có lẽ là không bao giờ.*

"Khỉ thật, à, ý tôi đây là một cái kết vui vẻ! Công việc kết thúc. Tôi thích những cái kết vui vẻ, anh cũng vậy chứ hả?"

"Ừ, ừ, tôi thích những cái kết vui vẻ."

Tôi ngồi xuống bàn máy tính để nhập vào yêu cầu khi y tá dọn dẹp và bác sĩ gây mê bắt đầu đánh thức bệnh nhân. Tôi đã luôn dọa đùa mọi người rằng khi tôi lãnh đạo, thay vì thứ nhạc pop giàu năng lượng mà mọi người thích bật trong phòng mổ, chúng tôi sẽ chỉ nghe mỗi nhạc bossa nova[1] thôi. Tôi cho đĩa Getz/Gilberto[2] vào máy radio, những âm thanh nhẹ nhàng, ấn tượng của saxophone tràn ra khắp phòng.

Tôi rời phòng mổ ngay sau đó, thu dọn đồ đạc tôi đã thu thập trong suốt bảy năm làm việc – quần áo dự phòng cho những đêm không về, bàn chải đánh răng, vài bánh xà phòng, sạc điện thoại, đồ ăn nhẹ, mô hình hộp sọ và một bộ sưu tập sách giải phẫu thần kinh, vân vân. Suy nghĩ lại, tôi để lại đống sách. Chúng sẽ hữu ích hơn ở đây.

---

1. Bossa nova (Theo phiên âm tiếng Bồ Đào Nha, nó có nghĩa là xu hướng mới): thể loại nhạc Brazil phổ biến thập niên 1950-1960 và ngày nay là loại hình âm nhạc của Brazil được biết nhiều nhất ở nước ngoài, là sự kết hợp trữ tình của samba và jazz.

2. Album kết hợp jazz-bossa nova của nghệ sĩ saxophone người Mỹ, Stan Getz và nghệ sĩ guitar người Brazill, João Gilberto.

Trên đường ra bãi đậu xe, một đồng nghiệp tiến đến để hỏi tôi gì đó nhưng máy nhắn tin của anh rung lên. Anh xem và vẫy tay với tôi, quay lưng chạy vào bệnh viện – "tôi sẽ gặp anh sau nhé!" anh hét lên. Nước mắt trào ra khi tôi ngồi trên xe, xoay chìa và lái xe chầm chập trên đường. Tôi lái về nhà, bước qua cửa trước, treo áo choàng trắng lên và tháo thẻ tên. Tôi tháo pin ra khỏi máy nhắn. Tôi tắm thật lâu. Đêm muộn hôm đó, tôi gọi cho Victoria để nói với cô tôi sẽ không tới vào thứ Hai, và có lẽ là chẳng bao giờ nữa, và sẽ không thể đặt lịch mổ.

"Anh biết đấy, tôi đã liên tục thấy cơn ác mộng rằng ngày này sẽ tới," cô nói. "Tôi không biết làm thế nào mà anh duy trì được lâu vậy."

Lucy và tôi gặp Emma vào thứ Hai. Cô khẳng định lại kế hoạch mà chúng tôi đã dự tính: sinh thiết phế quản, tìm kiếm dạng đột biến mục tiêu, nếu không thì hóa trị. Lý do thực sự mà tôi ở đó là sự chỉ dẫn của cô. Tôi nói rằng tôi sẽ từ bỏ phẫu thuật thần kinh.

"Được," cô nói. "Ổn thôi. Anh có thể ngừng phẫu thuật thần kinh nếu anh muốn tập trung vào điều gì đó quan trọng hơn. Nhưng sẽ không phải vì anh bị ốm. Anh không hề ốm hơn so với tuần trước. Đây là một ổ gà trên đường đi, nhưng anh vẫn có thể giữ quỹ đạo hiện tại. Phẫu thuật thần kinh quan trọng với anh."

Một lần nữa, tôi bước qua vạch ngăn từ một bác sĩ tới một bệnh nhân, từ người thực hiện hành động tới đối tượng chịu tác động, từ một chủ thể tới đối tượng trực tiếp. Cuộc sống của tôi cho tới khi mắc bệnh có thể hiểu như một đường thẳng, tổng hòa của những lựa chọn. Và như hầu hết các câu chuyện hiện đại, vận mệnh của nhân vật phụ thuộc vào hành động của họ. Gloucester trong *Vua Lear* có lẽ đã than thở về vận mệnh con người chỉ như "con ruồi trong mắt những đứa trẻ tinh nghịch," nhưng chính là sự phù phiếm của Lear đã tạo nên chuỗi sự kiện của vở kịch. Từ sau thời kỳ Khai sáng, các cá thể dần chiếm lĩnh sân khấu. Nhưng giờ đây tôi sống trong một thế giới rất khác gần giống với thời cổ xưa, hành động của con người chỉ vô cùng yếu ớt khi đặt cạnh năng lực siêu nhiên. Một thế giới giống với bi kịch Hy Lạp hơn là Shakespeare. Không có nỗ lực nào có thể giúp Oedipus và cha mẹ chàng thoát khỏi định mệnh của họ; con đường duy nhất để chạm tới lực kiểm soát cuộc đời mình đó là thông qua những lời sấm và các nhà tiên tri, những người được ban cho thiên nhãn. Lý do tôi đến đây không phải là một kế hoạch điều trị, tôi đã đọc đủ để biết được những gì ở phía trước. Lý do tôi đến đây là vì sự an ủi của một trí tuệ tiên tri.

"Đây không phải là kết thúc," cô nói, một câu mà cô đã nói hàng nghìn lần — suy cho cùng, chẳng phải tôi cũng dùng kiểu nói tương tự đối với bệnh nhân của mình, những người kiếm tìm câu trả lời bất khả, hay sao. "Cũng chưa phải là bắt đầu của sự kết thúc. Chỉ là kết thúc của sự bắt đầu."

Tôi cảm thấy khá hơn.

Một tuần sau sinh thiết, Alexis, y tá ở phòng khám của Emma gọi tới. Không có phát sinh đột biến đích mới. Như vậy hóa trị là lựa chọn duy nhất và tôi được đặt lịch vào thứ Hai. Tôi hỏi cô các tác nhân cụ thể và được yêu cầu nói chuyện cụ thể với Emma. Emma đang trên đường tới hồ Tahoe với các con của cô nhưng sẽ gọi cho tôi trong cuối tuần.

Ngày hôm sau, thứ Bảy, Emma gọi. Tôi muốn biết cô nghĩ gì về các tác nhân hóa trị.

"Ừm," cô nói. "Anh có suy nghĩ cụ thể gì không?"

"Tôi cho là câu hỏi chính ở đây là liệu có dùng tới Avastin không," tôi nói. "Tôi được biết nghiên cứu mới nhất không cho thấy cái lợi nào, thậm chí mang đến những tác dụng phụ xấu hơn, và vài trung tâm ung thư đã không còn dùng tới nó. Theo quan điểm của tôi thì đấy chỉ là một nghiên cứu trong số rất nhiều nghiên cứu trước ủng hộ việc sử dụng Avastin, và tôi thiên về việc sử dụng nó. Chúng ta có thể tạm dừng nếu tôi có phản ứng xấu. Nếu cô thấy điều đó là hợp lý."

"Nghe có vẻ ổn. Sẽ gặp chút khó khăn với các công ty bảo hiểm nếu để sau mới thêm Avastin vào, đây sẽ là một lý do nữa để dùng tới nó luôn."

"Cám ơn vì đã gọi. Tôi sẽ để cô trở lại tận hưởng cái hồ của cô."

"Ok. Còn điều này nữa." Cô dừng lại. "Tôi rất vui vì chúng ta cùng nhau đưa ra phương án điều trị. Dĩ nhiên, anh là một bác sĩ, anh biết mình nói về điều gì và đây là cuộc đời của anh. Nhưng nếu có lúc nào đó anh muốn chỉ mình tôi đóng vai trò bác sĩ, tôi cũng sẽ rất vui."

Tôi chưa từng nghĩ rằng mình có thể rũ bỏ khỏi trách nhiệm chăm sóc sức khỏe của chính mình. Tôi đã mặc định rằng tất cả bệnh nhân đều trở thành chuyên gia đối với căn bệnh của họ. Tôi nhớ khi còn là một sinh viên y khoa mới toe chưa biết gì, tôi vẫn thường phải để nghị bệnh nhân mô tả lại căn bệnh và cách chữa trị của họ cho tôi, những ngón chân xanh và viên thuốc màu hồng. Nhưng là một bác sĩ, tôi chưa từng mong đợi bệnh nhân phải đưa ra quyết định một mình; tôi có trách nhiệm với họ. Và tôi nhận ra tôi đang cố làm điều tương tự, phần bác sĩ trong tôi vẫn duy trì trách nhiệm cho phần bệnh nhân trong tôi. Có lẽ tôi đã bị nguyền rủa bởi một vị thần Hy Lạp nào đó, nhưng nếu từ bỏ việc kiểm soát này thì có vẻ như vô trách nhiệm, nếu không muốn nói là việc tôi không làm được.

Hóa trị được bắt đầu vào thứ Hai. Lucy, mẹ tôi và tôi cùng đến trung tâm truyền. Tôi nằm cố định trên một chiếc ghế êm ái, chờ đợi trong khi gắn dây truyền. Một hỗn hợp thuốc cần tới bốn tiếng rưỡi để truyền vào cơ thể. Tôi chợp mắt, đọc sách và đôi khi nhìn vào vô định để đợi thời gian trôi qua. Lucy và mẹ tôi bên cạnh, phá vỡ sự yên ắng bằng vài cuộc chuyện trò. Những bệnh nhân khác trong phòng khá đa dạng – có người hói trọc, có người đầu tóc chỉn chu, có người héo úa, có người vui vẻ, có người rũ rượi, có người bảnh bao. Tất cả đều nằm yên, lặng lẽ cùng với ống truyền tĩnh mạch nhỏ từng giọt chất độc vào cánh tay đang duỗi dài. Cứ mỗi ba tuần, tôi sẽ phải quay lại đây.

Tôi bắt đầu cảm thấy tác dụng của thuốc ngay ngày hôm sau, một sự suy nhược nặng nề, cảm giác mệt mỏi trong xương cốt tràn khắp. Ăn uống vốn là một nguồn vui nay chẳng khác nào uống nước muối. Đột nhiên, tất cả mọi niềm vui của tôi đều bị ướp muối. Lucy làm cho tôi một chiếc bánh vòng kẹp phô mai kem cho bữa sáng, vậy mà vị hệt như một khối muối. Tôi dẹp sang một bên. Đọc sách cũng thấy thật mệt mỏi. Tôi đã đồng ý viết vài chương cho hai cuốn sách giáo khoa về phẫu thuật thần kinh, nội dung là về khả năng ứng dụng nghiên cứu của tôi cùng V trong điều trị. Công việc này cũng bị dẹp sang một bên. Ngày trôi qua, tivi và việc ăn uống một cách cưỡng ép giúp đánh dấu thời gian. Một quá trình đơn điệu diễn ra trong suốt nhiều tuần: Tình trạng khó chịu giảm dần dần, trạng thái bình thường quay trở lại vừa đúng lúc bắt đầu đợt điều trị mới.

Chu trình đó tiếp tục. Tôi di chuyển ra vào bệnh viện với những biến chứng nhẹ đủ để ngăn chặn mọi ý định quay trở lại công việc. Khoa phẫu thuật thần kinh quyết định rằng tôi đã đạt đủ các tiêu chuẩn quốc gia và địa phương để tốt nghiệp. Buổi lễ sẽ diễn ra vào thứ Bảy, khoảng hai tuần trước ngày dự sinh của Lucy.

Ngày tốt nghiệp đến. Khi tôi đứng trong phòng ngủ và mặc đồ tốt nghiệp – đại diện cho đỉnh cao nhất của bảy năm nội trú – một cơn buồn nôn dữ dội ào đến. Không giống như kiểu buồn nôn do làm hóa trị, vốn thường như những cơn sóng mà bạn có thể cưỡi lên để vượt qua. Tôi bắt đầu nôn đầy mật xanh một cách mất kiểm soát với vị đặc trưng của dịch dạ dày. Lần này là từ tận sâu trong ruột.

Cuối cùng là tôi đã không thể đến buổi lễ tốt nghiệp.

Tôi cần truyền dịch để hạn chế mất nước do đó Lucy đưa tôi đến phòng cấp cứu để thực hiện công cuộc bổ sung nước. Sau những cơn nôn mửa là tiêu chảy. Tôi và Brad, một bác sĩ nội trú, cùng trò chuyện một cách thân mật. Tôi kể ra lịch sử điều trị của mình, liệt kê mọi loại thuốc và rồi cuối cùng chúng tôi cùng thảo luận về các liệu pháp phân tử tân tiến, đặc biệt là Tarceva mà hiện tôi vẫn đang dùng. Việc điều trị khá đơn giản: Tôi sẽ được truyền giữ nước cho đến khi có thể tự uống bằng miệng. Tối hôm đó, tôi nhập viện. Khi y tá xem lại danh sách thuốc điều trị, tôi nhận ra không có Tarceva. Tôi đề nghị cô gọi bác sĩ nội trú để sửa lại. Điều này vẫn thường xảy ra. Tôi phải dùng tới cả tá thuốc. Theo dõi chúng không phải dễ dàng gì.

Brad xuất hiện sau nửa đêm.

"Tôi nghe nói anh có thắc mắc về thuốc điều trị?" anh hỏi.

"Ừm," tôi nói. "Không có Tarceva. Anh có thể yêu cầu nó không?"

"Tôi đã quyết định bỏ nó ra."

"Tại sao vậy?"

"Men gan của anh quá cao."

Tôi bị bối rối. Men gan của tôi đã cao trong nhiều tháng; nếu đây là vấn đề, tại sao chúng tôi chưa từng nói về chuyện này trước đây? Dù sao thì phải có nhầm lẫn gì đó. "Emma – bác sĩ ung thư của tôi, sếp anh – đã thấy những con số này, và cô ấy vẫn muốn tôi dùng Tarceva."

Bác sĩ nội trú thường phải đưa ra quyết định mà không có ý kiến của bác sĩ chính. Nhưng giờ đây tôi có ý kiến của Emma, hiển nhiên anh ta sẽ phải đầu hàng.

"Nhưng nó có thể dẫn đến các vấn đề về dạ dày và ruột."

Tôi càng bối rối hơn. Thông thường khi viện dẫn đến yêu cầu của bác sĩ chính sẽ kết thúc sự thảo luận. "Tôi đã dùng nó trong cả năm mà không có vấn đề gì," tôi nói. "Anh nghĩ đột nhiên Tarceva gây ra mọi chuyện này chứ không phải là hóa trị à?"

"Có thể, đúng."

Sự bối rối chuyển thành giận dữ. Một tên nhóc mới ra trường được hai năm, không lớn hơn những bác sĩ nội trú năm đầu của tôi là mấy, vậy mà lại đang tranh cãi với tôi? Nếu cậu ta đúng thì là một chuyện, nhưng những lời đó chẳng có nghĩa gì cả. "Ừm, không phải tôi đã nhắc đến chiều nay rằng nếu không có thứ thuốc đó, những khối di căn trên xương sẽ được kích hoạt và tạo ra các cơn đau khủng khiếp sao? Tôi không muốn tỏ vẻ đao to búa lớn, nhưng tôi đã từng bị đấm gãy xương khi đấm bốc mà việc đó còn đau đớn hơn nhiều. Là cơn đau bậc cao nhất. Là kiểu Tôi-sẽ-Gào-Thét-Khủng-Khiếp-trong-Đau-Đớn."

"Ừm, xét đến chu kỳ bán hủy của thuốc thì điều đó có lẽ sẽ không xảy ra trong một hai hôm tới."

Tôi có thể thấy được trong mắt Brad tôi không phải là một bệnh nhân mà là một rắc rối: một ô trống cần phải đánh dấu 'đã xong'.

Cậu ta tiếp tục, "Nếu anh không phải là anh, chúng ta sẽ chẳng đứng nói chuyện thế này đâu. Tôi sẽ dừng thuốc và cho anh chứng minh rằng nó gây ra mọi sự đau đớn."

Điều gì xảy ra với cuộc trò chuyện thân mật chiều nay? Tôi nghĩ về thời còn ở trường Y, có một bệnh nhân nói với tôi rằng cô luôn đi đôi tất đắt tiền nhất tới phòng khám để khi cô chỉ mặc bộ đồ bệnh nhân và không đi giày, bác sĩ có thể thấy đôi tất và biết rằng cô là một bệnh nhân quan trọng, cần phải đối xử bằng sự tôn trọng. (À, đó là vấn đề – tôi đang đi đôi tất bệnh viện, loại mà tôi đã thó được trong nhiều năm nay!)

"Dù sao đi nữa, Tarceva là loại thuốc đặc biệt và cần tới một bác sĩ chính hay người có thẩm quyền ký vào đơn. Anh thực sự muốn tôi đánh thức ai đó vì việc này sao? Không thể đợi tới sáng mai sao?"

Lại nữa.

Làm bổn phận của cậu ta với tôi đồng nghĩa với việc thêm một dòng trong danh sách phải làm: Một cuộc gọi ngượng ngùng tới sếp cho thấy sai lầm của cậu ta. Cậu ta trực ca đêm. Quy định đào tạo nội trú đòi hỏi mọi chương trình phải có trực ca. Đi kèm với công việc trực ca là một kiểu hành vi gian giảo, một sự cắt xén về trách nhiệm. Nếu cậu ta có thể trì hoãn lại vài giờ, tôi sẽ trở thành rắc rối của một người khác.

"Tôi thường phải dùng nó vào 5 giờ sáng," tôi nói. "Và cả cậu và tôi đều hiểu rõ rằng 'đợi tới sáng mai' có nghĩa là để ai đó xử lý việc này sau phiên trực sáng và rất có thể sẽ là tới tận chiều. Đúng chứ?"

"Ok, thôi được." Cậu ta nói và rời phòng.

Tới sáng, tôi phát hiện ra cậu ta vẫn chưa chỉ định lấy thuốc.

Emma rẽ vào để chào và nói với tôi rằng cô sẽ thu xếp đơn thuốc Tarceva. Cô chúc tôi chóng bình phục và xin lỗi vì sẽ phải ra khỏi thị trấn cả tuần. Qua ngày, tình trạng tôi bắt đầu xấu đi nhiều, tôi tiêu chảy dữ dội. Tôi bắt đầu bị mất nước, tuy chưa quá nhanh. Thận ngưng làm việc. Miệng tôi khô rát tới mức tôi không thể nói hay nuốt. Lượt xét nghiệm kế tiếp, nồng độ natri huyết thanh đã dâng tới gần mức tử vong. Tôi được chuyển tới phòng chăm sóc đặc biệt. Một phần vòm miệng mềm cùng họng chết héo vì mất nước và bong ra khỏi miệng. Tôi đau đớn, trôi nổi qua vô số trạng thái nhận thức trong khi một nhóm chuyên gia được đưa tới để giúp đỡ: Các bác sĩ chuyên khoa chăm sóc đặc biệt, các bác sĩ chuyên khoa thận, các bác sĩ chuyên khoa tiêu hóa, các bác sĩ chuyên khoa nội tiết, các chuyên gia bệnh truyền nhiễm, các bác sĩ phẫu thuật thần kinh, các bác sĩ u bướu, các bác sĩ chuyên khoa u vùng ngực, các bác sĩ chuyên khoa tai mũi họng. Lucy, mang bầu ba mươi tám tuần, ở bên tôi vào ban ngày và âm thầm chuyển đến phòng cũ của tôi chỉ cách phòng chăm sóc đặc biệt vài bước để có thể theo dõi tình hình vào ban đêm. Nàng và cha tôi cũng đóng góp ý kiến.

Trong những giây phút tỉnh táo, tôi nhanh chóng nhận ra rằng với từng này tiếng nói, sự hỗn loạn sẽ xảy ra. Trong y học, đây gọi là vấn đề WICOS: Ai Là Thuyền Trưởng trên Tàu? Bác sĩ thận bất đồng ý kiến với bác sĩ ung thư, bác sĩ ung thư lại không đồng tình với bác sĩ tiêu hóa. Tôi cảm thấy trách nhiệm của mình. Trong những khoảnh khắc tỉnh táo, tôi liệt kê lần lượt từng chi tiết liên quan đến bệnh tật của bản thân và cùng với sự giúp đỡ của Lucy, cố gắng dàn xếp nhóm bác sĩ để giữ cho mọi sự việc và cách nhận định được đúng đắn. Sau đó, khi còn đang mơ màng, tôi lờ mờ nghe thấy tiếng cha tôi và Lucy bàn luận về tình trạng của tôi với từng nhóm bác sĩ. Chúng tôi cho rằng kế hoạch chính hiện giờ chỉ có thể là cung cấp dung dịch cho tới khi các tác động của hóa trị dịu đi. Nhưng mỗi nhóm chuyên gia lại yêu cầu thêm nhiều xét nghiệm và phương án điều trị riêng biệt, một số trong đó vô tác dụng và thiếu suy xét. Mẫu thử đã lấy, việc chụp scan đã được chỉ thị, thuốc đã phát; tôi bắt đầu đánh mất dấu vết sự kiện và thời gian. Tôi yêu cầu được giải thích về quá trình điều trị, nhưng những câu từ trở nên trơn trượt không thể nắm bắt, tiếng nói bị thấm ướt và nghèn nghẹt, bóng tối phủ xuống ngay giữa cuộc nói chuyện của các bác sĩ khi tôi loạng choạng nắm bắt tính mạch lạc của nó.

Tôi ước ao Emma có mặt ở đó, để nắm quyền chỉ huy.

Đột nhiên, cô xuất hiện.

"Cô đã quay lại sao?" tôi nói.

"Anh đã nằm trong đơn vị chăm sóc đặc biệt cả tuần rồi," cô nói. "Nhưng đừng lo lắng. Anh sẽ khá hơn thôi. Hầu hết kết quả xét nghiệm đã trở lại bình thường. Anh sẽ ra khỏi đây sớm." Hóa ra cô vẫn duy trì liên lạc với các bác sĩ của tôi qua email.

"Cô còn nhớ cô đã từng đề nghị sẽ là bác sĩ còn tôi chỉ là một bệnh nhân?" tôi hỏi. "Tôi nghĩ đó có lẽ là một ý tưởng hay. Tôi đã đọc rất nhiều nghiên cứu để tìm ra quan điểm đúng đắn nhưng đều không thành công."

"Tôi không chắc đó là điều có thể tìm thấy chỉ bằng việc đọc về nó," cô trả lời.

Emma giờ đây là thuyền trưởng của con tàu, mang tới cảm giác bình yên cho sự hỗn loạn của lần nhập viện này. T. S. Eliot lại vang lên trong đầu tôi:

Damyata: Con thuyền đáp trả

Gaily, đôi tay sành sỏi về cánh buồm và những mái chèo

Biển tĩnh lặng, trái tim người hẳn đã đáp trả

Gaily, khi được mời, chiến thắng kẻ phục tùng

Bằng bàn tay nắm quyền kiểm soát.

Tôi ngả về phía sau trên giường bệnh và nhắm mắt. Khi bóng đêm của cơn mê sảng lại phủ tới, cuối cùng thì tôi cũng có thể thư giãn.

Ngày dự sinh của Lucy tới mà không có dấu hiệu chuyển dạ. Cuối cùng tôi cũng đã được lên lịch để xuất viện. Tôi đã sụt gần mười tám cân kể từ khi có chẩn đoán bệnh, trong đó trong tuần rồi là sáu cân. Tôi chỉ nặng như thời học lớp tám, nhưng tóc đã mỏng đi nhiều so với thời đó, chủ yếu rụng nhiều trong khoảng thời gian tháng trước. Tôi tỉnh lại, nhận thức được thế giới, nhưng con người thì héo tàn. Tôi có thể thấy xương mình qua lớp da, một bản chụp X-quang sống. Tại nhà, chỉ giữ cho đầu đứng thẳng thôi cũng thật mệt mỏi. Nhấc một cốc nước cần tới hai tay. Việc đọc sách thì không cần nghĩ tới.

Cả hai bên gia đình đều tới để giúp đỡ. Hai ngày sau xuất viện, Lucy có cơn gò đầu tiên. Nàng ở nhà khi mẹ tôi đưa tôi đến cuộc hẹn kế tiếp với Emma.

"Nản lòng không?" Emma hỏi.

"Không."

"Anh nên cảm thấy vậy. Đây sẽ là một lần bình phục mất nhiều thời gian."

"Ừm, ok, tôi hơi nản về bức tranh toàn cảnh. Nhưng ở mức ngày qua ngày, tôi sẵn sàng để quay trở lại với các liệu pháp vật lý và bắt đầu bình phục. Tôi đã làm được một lần rồi, hẳn nó sẽ phải tương tự chứ?"

"Anh đã thấy bản scan cuối cùng chưa?" cô hỏi.

"Chưa, tôi đã ngừng việc theo dõi."

"Nó trông tốt đấy," cô nói. "Căn bệnh có vẻ ổn định, khối u co lại một chút."

Chúng tôi nói về những vấn đề trong tương lai. Hóa trị có thể hoãn lại cho tới lúc tôi khỏe hơn. Tôi cũng không thể tham gia các cuộc thử nghiệm trong tình trạng này. Việc điều trị không còn là một lựa chọn nữa – cho tới khi tôi lấy lại sức. Tôi dựa đầu vào tường để có chút lực đỡ cơ cổ. Suy nghĩ của tôi bị mây mờ bao phủ. Tôi lại cần đến nhà tiên tri tiếp tục bói cầu, để thu nhận những bí mật từ chim chóc hay các tinh đồ, từ các gien đột biến hay đường tỷ lệ sống Kaplan-Meier.

"Emma," tôi nói, "bước tiếp theo là gì?"

"Khỏe lên, có vậy thôi."

Nhưng nếu căn bệnh ung thư xuất hiện lại… ý tôi là, những xác suất…" tôi ngừng lại. Vòng điều trị đầu tiên (Tarceva) đã thất bại. Vòng điều trị thứ hai (hóa trị) gần giết tôi. Vòng điều trị thứ ba, nếu tôi có thể đi tới đó, chỉ hứa hẹn chút ít. Ngoài đó ra là vô số những phương thức điều trị thử nghiệm chưa biết tới. Nỗi nghi ngờ buột ra khỏi miệng, "Ý tôi là, quay trở lại phòng mổ, hay có thể đi lại, hoặc thậm chí –"

"Anh còn năm năm," cô nói.

Emma đã tuyên bố, nhưng không có chất giọng uy quyền của một nhà tiên tri, không có được sự tự tin của niềm tin thực sự. Cô nói ra điều này như một lời khẩn cầu. Giống như một bệnh nhân đạo trước chỉ có thể nói ra những con số. Những gì cô nói chỉ như một lời cầu nguyện, một con người bình thường đứng trước bất kỳ thế lực hay vận mệnh nào kiểm soát. Chúng tôi, một bác sĩ và một bệnh nhân, trong một mối quan hệ mà đôi khi mang theo bầu không khí uy quyền. Nhưng cũng có lúc, như giờ đây, chỉ là hai con người hội tụ với nhau khi một người đứng trước vực thẳm, không hơn không kém.

Các bác sĩ, hóa ra, cũng cần đến hy vọng.

Trên đường về từ cuộc hẹn với Emma, mẹ của Lucy gọi để thông báo rằng họ đang đến bệnh viện. Lucy đang chuyển dạ. ("Em nhớ yêu cầu gây tê màng cứng sớm nhé," tôi nói với nàng. Nàng đã chịu đựng đủ rồi.) Tôi quay trở lại bệnh viện, được cha đẩy trên xe lăn. Tôi nằm xuống chiếc giường trong phòng sinh, những túi giữ nhiệt và chăn gối giữ cho cơ thể toàn xương xấu khỏi run lên vì lạnh. Trong hai tiếng kế tiếp, tôi quan sát khi Lucy và y tá trải qua các quy trình chuyển dạ. Cho tới lúc các cơn co tăng lên, y tá đếm đến cơn rặn: "Một, hai, ba, bốn, năm, sáu, bảy, tám, chín, và mười!"

Lucy quay về phía tôi mỉm cười. "Em cảm thấy như mình đang chơi thể thao ấy!" nàng nói.

Tôi nằm trên chiếc giường nhỏ và cười lại, nhìn ngắm bụng nàng. Sẽ có rất nhiều sự vắng mặt trong cuộc đời Lucy và con gái tôi – nếu đây là sự có mặt tối đa mà tôi có thể, thì cứ vậy đi.

Tầm giữa đêm, y tá huých tôi dậy. "Sắp đến giờ rồi," cô thì thào. Cô gom đống chăn lại và giúp tôi lên ghế, tới gần Lucy. Bác sĩ sản đã ở trong phòng, không già hơn tôi là mấy. Cô nhìn sang tôi khi đứa trẻ lộ đầu ra. "Tôi có thể nói với anh là con gái anh có mái tóc giống hệt anh," cô nói. "Rất nhiều tóc." Tôi gật, nắm tay Lucy trong suốt những khoảnh khắc cuối của việc chuyển dạ. Và sau đó, với cú rặn cuối cùng, con gái chúng tôi chào đời, vào 2 giờ 11 phút sáng ngày Quốc khánh mùng 4 tháng Bảy. Elizabeth Acadia – Cady, chúng tôi đã chọn xong tên từ nhiều tháng trước.

"Chúng tôi có thể đặt cô bé lên ngực anh không, Papa?" y tá hỏi tôi.

"Không, tôi quá l-l-lạnh," tôi nói, răng đánh lập cập. "Nhưng tôi muốn được ôm con bé."

Họ cuốn bé trong chăn và chuyển cho tôi. Cảm nhận sức nặng của con gái trong một tay, và cầm chặt bàn tay

Lucy ở tay còn lại, mọi khả năng về cuộc đời đều hiện ra trước chúng tôi. Những tế bào ung thư trong cơ thể tôi sẽ tiếp tục chết, hoặc bắt đầu phát triển lại. Nhìn về dải đất mở rộng phía trước, cái tôi nhìn thấy không phải là một mảnh đất hoang trống rỗng mà là thứ gì đó đơn giản hơn: Một trang giấy trắng tôi cần phải tiếp tục viết.

Dù vậy, có một nguồn năng lượng thổi đến trong ngôi nhà của chúng tôi.

Ngày qua ngày, tuần qua tuần, Cady lớn nhanh như thổi: cái nắm tay đầu tiên, nụ cười đầu tiên, tiếng cười khanh khách đầu tiên. Bác sĩ nhi ghi lại các mức phát triển của con bé theo thời gian lên bảng theo dõi một cách đều đặn. Những điều mới lạ tươi sáng phủ quanh bé. Khi bé ngồi trên đùi tôi mỉm cười, bị mê mệt bởi tiếng hát của tôi, một sự ấm sáng tỏa khắp căn phòng.

Thời gian với tôi như một con dao hai lưỡi: Mỗi ngày mang tôi đi xa khỏi thời điểm tệ hại của lần phát bệnh trước nhưng gần hơn tới lần tái phát kế tiếp – và cuối cùng, cái chết. Có lẽ muộn hơn tôi nghĩ, nhưng chắc chắn là sớm hơn tôi mong muốn. Có hai phản ứng trước nhận định rõ ràng đó. Điều hiển nhiên nhất có lẽ là sự thôi thúc về hành động điên rồ: để "sống trọn vẹn cuộc đời," để du lịch, để ăn uống, để đạt được một lố những tham vọng bị bỏ quên. Bên cạnh đó, phần tàn nhẫn của ung thư đó là nó không chỉ giới hạn thời gian của bạn, nó giới hạn cả nguồn năng lượng, hạ thấp một cách thê thảm những gì bạn có thể làm được trong một ngày. Trong cuộc đua hiện giờ là một con thỏ mỏi mệt. Và thậm chí ngay cả khi tôi có năng lượng, tôi vẫn ưa chuộng phương thức của chú rùa. Tôi lê từng bước một, tôi cân nhắc. Có những ngày tôi đơn thuần là bền bỉ duy trì.

Nếu thời gian giãn ra khi ai đó chuyển động ở tốc độ cao, vậy liệu nó có co lại nếu người ấy hầu như không xê dịch? Hẳn là vậy: Mỗi ngày ngắn lại một cách tương đối.

Chẳng có gì mấy để phân biệt ngày với ngày, thời gian tưởng chừng như tĩnh lại. Trong tiếng Anh, chúng ta sử dụng từ 'time' theo nhiều cách khác nhau: "The *time* is two forty-five" (*Bây giờ* là hai giờ bốn mươi lăm phút) khác với "I'm going through a tough *time*." (Tôi trải qua một *khoảng thời gian* khó khăn.) Những ngày này, thời gian không phải như tiếng đồng hồ tích tắc mà giống với một trạng thái tồn tại hơn. Sự uể oải thiếu sinh khí ngự trị, và tôi có cảm giác như thời gian vô định. Là một bác sĩ phẫu thuật tập trung vào bệnh nhân trong phòng mổ, đối với tôi có lúc tôi thấy vị trí của kim đồng hồ khá ngẫu nhiên, nhưng tôi chưa từng cho rằng chúng vô nghĩa. Còn hiện tại, thời gian trong ngày chẳng mang chút ý nghĩa gì, ngày trong tuần lại càng không. Đào tạo y khoa là một quá trình không ngừng hướng về tương lai, tất cả đều là trì hoãn hưởng thụ; bạn sẽ luôn nghĩ về chuyện mình sẽ đang làm gì trong năm năm tới. Nhưng giờ đây tôi không biết mình sẽ làm gì trong năm năm tới. Tôi có lẽ đã chết. Hoặc có lẽ không. Tôi có thể khỏe. Tôi có thể đang viết sách. Tôi không biết nữa. Và do đó chẳng có ích gì nếu dành thời gian suy nghĩ về tương lai – nghĩa là, tương lai xa hơn cái bữa trưa hiện tại.

Phép chia động từ cũng trở nên lộn xộn. Cái nào là đúng: "Tôi là một bác sĩ phẫu thuật," "Tôi từng là một bác sĩ phẫu thuật," hay "Trước đây tôi từng là bác sĩ phẫu thuật và sẽ tiếp tục là vậy trong tương lai"? Graham Greene từng nói rằng ta sống cuộc đời ta trong hai mươi năm đầu tiên còn khoảng thời gian còn lại chỉ là sự phản chiếu. Vậy tôi đang sống ở "thì" nào đây? Phải chăng tôi đã đi qua thì hiện tại và chuyển sang quá khứ hoàn thành? Thì tương lai dường như bỏ trống và mang âm hưởng chói tai trong miệng người khác. Vài tháng trước, tôi ăn mừng buổi hội ngộ đồng môn lần thứ mười lăm ở Stanford và đứng trong sân uống rượu whisky khi mặt trời hồng lặn dần xuống đường chân trời; lúc chia tay vang lên những lời hò hẹn – "Chúng tớ sẽ gặp cậu vào lần kỷ niệm thứ hai mươi lăm nhé!" – mà có lẽ sẽ là khiếm nhã khi trả lời rằng "Ừm... có lẽ không."

Tất cả mọi người đều đầu hàng trước tính hữu hạn. Tôi ngờ rằng mình không phải là người duy nhất đã đi tới thì quá khứ hoàn thành này. Hầu hết đam mê đều có thể đạt được hoặc bị bỏ rơi; và dù thế nào thì chúng cũng thuộc về quá khứ. Tương lai, thay vào đó, là một chiếc thang hướng tới mục tiêu cuộc sống, trải phẳng trong một thì hiện tại vĩnh hằng. Tiền bạc, danh vọng, tất cả những phù phiếm trong lời mô tả của người thuyết pháp cuốn Giảng Viên[1] đều vô nghĩa: Suy cho cùng cũng chỉ là chạy đua theo gió thoảng.

Dù vậy có một người không thể bị đánh cắp mất tương lai là con gái chúng tôi, Cady. Tôi hy vọng tôi sẽ sống đủ lâu để bé có chút ký ức về tôi. Ngôn từ có tính trường tồn còn tôi thì không. Tôi đã nghĩ mình có thể để lại cho con gái một chuỗi những lá thư – nhưng sẽ nói gì đây? Tôi không biết cô gái nhỏ này sẽ thế nào khi mười lăm tuổi. Tôi thậm chí còn không biết liệu con có thích cái tên mà chúng tôi đã chọn hay không. Có lẽ chỉ có một điều duy nhất để nói với em bé sơ sinh hiện tại – cái người là tất cả tương lai – chỉ chạm mặt trong phút chốc với tôi – cái người mà trừ một tương lai mơ hồ, cuộc đời chỉ còn là quá khứ.

Thông điệp rất đơn giản:

Khi đến một trong những khoảnh khắc mà con phải nói về bản thân mình trong cuộc sống, về việc con từng là

---

1. Tên sách gốc: *Ecclesiastes*. Đây là một trong số 7 cuốn Sách Giáo huấn trong bộ Cựu Ước của đạo Do Thái (bao gồm bốn loại: Luật – 5 cuốn, Lịch Sử – 16 cuốn, Giáo huấn – 7 cuốn, Tiên tri – 18 cuốn), hầu hết được viết bằng tiếng Do Thái cổ, được thành hình trong khoảng năm 1000-100 TCN.

ai, những gì con đã làm và con có nghĩa thế nào với cuộc đời, cha nguyện cầu con sẽ không quên rằng, con đã từng lấp đầy tháng ngày của một người đàn ông đang chết bằng một niềm vui chan chứa, một niềm vui cha chưa từng biết đến trong suốt những năm trước đây, một niềm vui không khiến cha khao khát thèm thuồng hơn nữa mà là thỏa mãn, bình an. Tại thời điểm này, ngay lúc này, đó là một điều vĩ đại.

LỜI BẠT

— LUCY KALANITHI

Người thương, anh để lại cho em hai di sản,
Một về tình yêu
Đức Chúa Trời sẽ vô cùng mãn nguyện
Nếu là Cha, người được kính dâng;

Anh để lại cho em bến bờ đau khổ
Bao la như biển cả,
Giữa vĩnh hằng và thời gian
Giữa tâm thức anh, và em.

— EMILY DICKINSON

Paul mất vào thứ Hai, ngày mùng 9 tháng Ba năm 2015, bên cạnh gia đình, trên chiếc giường bệnh chỉ cách phòng sinh để nơi con gái Cady của chúng tôi chào đời tám tháng trước đó chưa đầy 200m. Trong khoảng thời gian giữa ngày sinh của Cady và ngày mất của Paul, nếu bạn bắt gặp chúng tôi đang ngồi gặm sườn nướng tại một nhà hàng

BBQ địa phương và mỉm cười bên ly bia uống chung, bên cạnh là cô gái nhỏ tóc tối màu với hàng mi dài nằm trên xe đẩy, bạn sẽ không bao giờ đoán được rằng cuộc sống của Paul chỉ còn chưa đầy một năm nữa, và chúng tôi cũng không hiểu được điều đó.

Đó là dịp Giáng sinh đầu tiên của Cady, khi cô bé được năm tháng tuổi, căn bệnh ung thư của Paul bắt đầu kháng lại dòng thuốc thứ ba sau khi Tarceva và hóa trị không còn tác dụng. Bữa ăn dặm đầu tiên của Cady là vào mùa lễ. Ấm áp trong bộ pyjama sọc kẹo, cô bé nhấm nháp khoai lang nghiền khi cả gia đình chúng tôi cùng tụ tập tại ngôi nhà thuở thơ ấu của Paul ở Kingman, Arizona. Không gian rạng ngời trong ánh nến và tiếng trò chuyện râm ran. Sức khỏe của anh ấy sụt giảm trong các tháng kế tiếp, nhưng chúng tôi vẫn tiếp tục tận hưởng những giây phút vui vẻ ngay giữa nỗi đau buồn. Chúng tôi tổ chức các bữa tiệc tối ấm cúng, ôm nhau hằng đêm, và hạnh phúc trong đôi mắt sáng ngời của con gái cũng như thiên nhiên yên ả. Và dĩ nhiên Paul vẫn viết, khi ngả người trên chiếc ghế dựa và cuốn mình trong chiếc chăn lông cừu ấm áp. Những tháng cuối đời mình, anh chỉ tập trung vào một việc duy nhất là hoàn thành cuốn sách.

Đông qua xuân tới, khi những đóa mộc lan bên nhà hàng xóm nở hồng rực rỡ, sức khỏe của Paul giảm sút nhanh chóng. Tới cuối tháng Hai, anh cần cung cấp oxy để có thể thở được một cách dễ chịu. Bữa trưa không đụng tới ném đè trên bữa sáng, để rồi vài tiếng sau lại tiếp chồng bởi bữa tối, trong thùng rác. Anh thường thích bánh kẹp tôi làm cho bữa sáng – trứng, xúc xích và phô mai cuộn – nhưng do mất dần vị giác, chúng tôi chuyển sang trứng và bánh mì nướng, sau đó là chỉ trứng, cho đến khi ngay cả vậy thôi cũng trở nên quá sức. Thậm chí là món sinh tố yêu thích của anh, nguồn calo tôi cố làm đầy trong cốc, cũng chẳng ngon lành gì.

Giờ ngủ tới sớm hơn, giọng Paul líu nhíu từng đoạn, sau đó là những trận nôn mửa không ngừng. Bản chụp CT và MRI não bộ khẳng định lại tình trạng ung thư xấu dần ở phổi cũng như những khối u mới trên não, bao gồm cả ung thư màng não, một sự thâm nhiễm hiếm gặp và chết người mang theo dự đoán về vài tháng còn lại cùng với cái bóng ảm đạm của sự suy giảm thần kinh nhanh chóng. Tin này khiến Paul suy sụp. Anh nói ít, nhưng là một bác sĩ phẫu thuật thần kinh, anh hiểu điều gì phía trước. Cho dù Paul đã chấp nhận tuổi đời giới hạn của mình, sự suy giảm thần kinh là một dạng tàn phá mới – cái viễn cảnh về việc đánh mất Ý nghĩa và Khả năng thật khổ sở. Chúng tôi bàn bạc với bác sĩ ung thư của Paul về ưu tiên hàng đầu hiện tại: duy trì sự sắc bén của anh lâu hết mức có thể. Chúng tôi sắp xếp tham gia một cuộc thử nghiệm lâm sàng, tham vấn chuyên gia u bướu thần kinh và tới thăm nhóm chăm sóc giảm đau của ông để thảo luận về các phương án nghỉ dưỡng, tất cả chỉ để tối đa hóa chất lượng của khoảng thời gian còn lại của Paul. Dù bắt mình phải cứng rắn, trái tim tôi vẫn như vỡ tan khi mường tượng những gì anh phải chịu, lo lắng rằng biết đâu anh chỉ còn lại vài tuần. Tôi hình dung ra lễ tang của Paul khi chúng tôi nắm tay nhau. Tôi đã không hề biết Paul ra đi chỉ vài ngày sau đó.

Ngày thứ Bảy cuối cùng của Paul, chúng tôi ở bên gia đình trong phòng khách tại nhà, Paul ôm Cady trên chiếc ghế bành, cha anh ngồi trên ghế cho bú của tôi, mẹ anh và tôi ngồi ở sofa gần đó. Paul hát cho Cady và rung bé nhẹ nhàng trên đùi. Cô bé cười rạng rỡ, không buồn để ý tới dây truyền oxy trên mũi cha. Thế giới của anh trở nên nhỏ lại. Tôi từ chối mọi khách thăm không phải người thân trong gia đình. Paul nói với tôi: "Anh muốn tất cả mọi người biết rằng dù anh không gặp họ, anh vẫn yêu mến họ. Anh trân quý những tình bạn, và thêm một cốc Ardbeg cũng chẳng thay đổi điều này." Paul không viết thêm gì hôm đó. Bản thảo cho cuốn sách mới chỉ hoàn thành một phần, và Paul biết rằng anh khó có khả năng kết thúc – khó có khả năng có được sức chịu đựng, sự thông tỏ, và thời gian.

Để chuẩn bị cho đợt thử nghiệm lâm sàng, Paul dừng uống các loại thuốc viên điều trị đích hằng ngày, nay đã vô tác dụng trong việc kiểm soát ung thư trên người anh. Có một rủi ro rằng căn bệnh ung thư sẽ tiến triển nhanh chóng, hoặc "bùng lên", ngay sau khi anh dừng điều trị. Do đó, bác sĩ ung thư của Paul đã hướng dẫn tôi ghi hình một hoạt động lặp lại hằng ngày của anh để theo dõi bất kỳ một sự thiếu hụt nào trong ngôn ngữ hay dáng đi. "Tháng Tư là tháng ác nghiệt nhất," Paul đọc to trong phòng khách vào ngày thứ Bảy mà tôi quay phim. Anh chọn bài *Đất hoang* của T. S. Eliot làm bài đọc. "*Lẫn trộn ký ức và đam mê, đầy xúc động/ Những rễ vô tri cùng với mưa xuân.*" Cả gia đình chúng tôi cười khúc khích khi thấy anh đặt úp cuốn sách trên đùi, khăng khăng đọc lại từ trí nhớ dù đó không phải là một bài tập bắt buộc.

"Thật đúng là nó!" mẹ nói và mỉm cười.

Ngày hôm sau, Chủ nhật, chúng tôi đã hy vọng có thêm một cuối tuần yên ả. Nếu Paul cảm thấy ổn ổn, chúng tôi sẽ tới nhà thờ, sau đó đưa Cady và chị họ cô bé tới công viên trên đồi chơi xích đu. Chúng tôi sẽ cùng nhau tiếp tục hấp thụ những tin tức đau đớn mới, chia sẻ niềm đau và nhấm nháp thời gian.

Thay vào đó, thời gian tăng tốc.

Sáng sớm Chủ nhật, tôi sờ nhẹ trán Paul và phát hiện anh sốt rừng rực, 40 độ C, dù rằng anh tương đối thoải mái và không có bất kỳ triệu chứng gì khác. Trong vài giờ kế tiếp, chúng tôi tới phòng cấp cứu và ra về, có cha của Paul và Suman ở bên. Chúng tôi trở về nhà sau một đợt kháng sinh để phòng trường hợp viêm phổi (bản chụp X-quang ngực của Paul dày đặc những khối u do đó có thể làm mờ đi tình trạng viêm nhiễm). Nhưng đây biết đâu lại là do ung thư tiến triển quá nhanh? Paul thư thái nằm nghỉ chiều hôm đó, nhưng bệnh nặng lắm rồi. Ngắm nhìn anh ngủ, tôi bật khóc. Sau đó tôi lẻn ra ngoài phòng khách, hòa chung với những giọt nước mắt của cha anh. Tôi đã bắt đầu thấy nhớ anh thật nhiều.

Tối Chủ nhật, tình trạng của Paul xấu đi đột ngột. Anh ngồi ở cạnh giường, vật vã trong từng hơi thở – một sự thay đổi đến thảng thốt. Tôi gọi xe cứu thương. Khi chúng tôi quay lại phòng cấp cứu, Paul nằm trên băng ca, cha mẹ sát bên chúng tôi, anh quay về phía tôi và thì thầm, "Có lẽ mọi chuyện sẽ kết thúc thế này."

"Em ở đây với anh," tôi nói.

Nhân viên bệnh viện thân tình chào đón Paul như thường lệ. Nhưng họ rời đi nhanh chóng ngay khi thấy tình trạng của anh. Sau đợt kiểm tra đầu, họ đặt mặt nạ lên mũi và mồm Paul để giúp anh thở qua ống thông khí BiPAP, một hệ thống hỗ trợ hô hấp cung cấp những luồng khí thật mạnh mỗi lần anh hít vào, thực hiện phần lớn công việc hô hấp. Dù cho vậy, BiPAP vẫn có thể gây khó khăn đối với bệnh nhân – ồn ào và mạnh mẽ, nó thổi tung môi miệng người ta trong mỗi luồng khí như thể một chú chó thò đầu ra khỏi cửa xe ô tô vậy. Tôi đứng gần, nghiêng

người về cáng và tay nắm tay Paul khi những tiếng *húuut..*
húuut.. đều đều của chiếc máy bắt đầu.

Nồng độ CO_2 trong máu Paul cao một cách trầm
trọng, là dấu hiệu cho thấy việc hít thở cũng trở nên quá
sức đối với anh. Các xét nghiệm máu chỉ ra một lượng CO_2
dư thừa đã tích tụ trong nhiều ngày hoặc nhiều tuần khi
căn bệnh ở phổi và sự suy nhược tăng dần. Do não bộ dần
thích nghi với trạng thái CO_2 cao trên mức bình thường
này, Paul vẫn duy trì được sự tỉnh táo. Anh quan sát. Là
một bác sĩ, anh hiểu được các kết quả tồi tệ của những xét
nghiệm. Tôi cũng hiểu chúng. Tôi bước ngay sau trong lúc
anh được đẩy tới phòng chăm sóc đặc biệt nơi có rất nhiều
bệnh nhân của anh đã từng vật lộn trước hoặc sau các ca
phẫu thuật thần kinh, gia đình họ tụ tập trên những chiếc
ghế nhựa quanh giường bệnh. "Anh có cần đặt ống thở
không?" Paul hỏi giữa những nhịp thở BiPAP khi chúng tôi
đến nơi. "Anh có nên đặt ống thở không?"

Suốt đêm đó, Paul thảo luận về câu hỏi đó trong chuỗi
hội đàm với các bác sĩ riêng, với gia đình, và sau đó là với
mình tôi. Tầm giữa đêm, một bác sĩ trực ở phòng chăm
sóc tích cực, người đã từng là hướng dẫn của Paul trong
nhiều năm, bước tới để nói về các phương án điều trị cùng
gia đình. BiPAP chỉ là giải pháp tạm thời, ông nói. Sự can
thiệp duy nhất còn lại cho Paul lúc này là đặt ống thở. Đó
liệu có phải là điều mà anh muốn?

Câu hỏi quan trọng nhất nhanh chóng ập đến: Chứng suy hô hấp đột ngột này liệu có thể phục hồi?

Liệu Paul có bệnh tới mức sẽ không bao giờ rời ống thở – liệu anh có đánh mất bản thân mình trong cơn mê sảng và sau đó là suy kiệt các chức năng, đầu tiên là tâm trí, kế tiếp là cơ thể trượt xa? Là các bác sĩ, chúng tôi đã chứng kiến tình huống đau đớn này nhiều lần. Paul tìm kiếm một phương án khác: Thay vì đặt ống thở, anh chọn "chăm sóc thoải mái[1]" dù biết rằng cái chết sẽ tới nhanh hơn. "Cho dù anh có thể vượt qua chuyện này đi chăng nữa," anh nói khi nghĩ về khối u trong đầu mình, "thì anh cũng không chắc về một tương lai trong đó có quãng thời gian nào còn có ý nghĩa." Mẹ anh xen vào: "Đừng quyết định gì tối nay hết con yêu," bà nói. "Tất cả hãy nghỉ ngơi đi đã." Sau khi khẳng định lại quyết định "Không hồi sức cấp cứu," Paul đồng tình. Một y tá mang thêm chăn cho anh. Tôi tắt những bóng đèn huỳnh quang.

Paul xoay xở để ngủ một chút tới lúc bình minh, cha anh thức trông trong khi tôi chợp mắt ở phòng bên cạnh, cố gắng duy trì chút sức mạnh tinh thần khi hiểu rằng những ngày kế tiếp sẽ là thời điểm khó khăn nhất trong cuộc đời. Tôi quay lại phòng Paul vào 6 giờ sáng, đèn vẫn sáng nhẹ, các máy theo dõi reo lên từng hồi. Paul mở mắt. Chúng tôi

---

1. Trong cuốn sách có nhiều khái niệm về care như "comfort care" và "Palliative Care". Chúng tôi để lần lượt là chăm sóc thoải mái và chăm sóc giảm nhẹ.

lại nói về "chăm sóc thoải mái" – né tránh những nỗ lực hung bạo nhằm chặn trước sự suy sụp ở anh. Và anh tự hỏi thành tiếng liệu mình có thể về nhà hay không. Paul quá yếu, tôi sợ anh sẽ không chịu nổi và ra đi giữa đường. Dù vậy, tôi nói tôi sẽ cố gắng hết sức để đưa anh về nếu điều đó thực sự quan trọng với anh. Tôi gật đầu đồng ý, chăm sóc xoa dịu có lẽ là hướng đi mà chúng tôi tính đến. Hay liệu có cách nào dựng lại nhà của chúng tôi ngay tại đây? Anh trả lời giữa những luồng phụt BiPAP: "Cady."

Cady được đưa đến ngay sau đó – Victoria, bạn của chúng tôi đón bé từ nhà đến. Cô bé rúc người trong khuỷu tay Paul, đầy vui thích hớn hở như thường lệ những lúc thức khuya, kéo giật tất chân, đùa nghịch với tấm chăn bệnh viện, mỉm cười và ọ ọe, chẳng mấy quan tâm đến chiếc máy BiPAP đang liên tục thổi để giữ cho Paul được sống.

Nhóm chăm sóc đến theo lịch, thảo luận cùng gia đình chúng tôi về trường hợp của Paul ở ngay ngoài phòng. Chứng suy hô hấp cấp tính của Paul có khả năng cao là do ung thư đang tiến triển nhanh chóng. Lượng CO_2 tăng đều – một dấu hiệu chắc chắn về việc phải luồn ống thở. Cả gia đình bị giằng xé: Bác sĩ ung thư của Paul đã gọi điện và hy vọng rằng vấn đề cấp tính này có thể cải thiện, các bác sĩ điều trị thì không lạc quan như vậy. Tôi khẩn nài họ cân nhắc thật kỹ cơ hội đảo ngược tình thế suy giảm này của Paul.

"Anh ấy không cần tới Hail Mary[1]," tôi nói, "Nếu anh ấy không có cơ hội để có được một khoảng thời gian có ý nghĩa, anh ấy muốn bỏ mặt nạ và ôm Cady."

Quay trở lại giường bệnh. Paul nhìn tôi, đôi mắt đen tỉnh táo bên trên sống mũi chiếc mũ chụp BiPAP. Anh nói rõ ràng, thật khẽ nhưng không hề nao núng, "Anh đã sẵn sàng."

Sẵn sàng, ý Paul là việc từ bỏ hỗ trợ hô hấp và bắt đầu moocphin để được chết.

Cả gia đình vây quanh. Trong suốt những giây phút quý giá sau quyết định của Paul, tất cả chúng tôi cùng thể hiện tình yêu và sự tôn trọng. Nước mắt long lanh trong mắt anh. Paul thể hiện sự biết ơn tới cha mẹ anh. Anh đề nghị chúng tôi chắc chắn rằng bản thảo sẽ được xuất bản một cách nào đó. Cuối cùng, anh nói anh yêu tôi. Bác sĩ trực xen vào động viên: "Paul, sau khi anh ra đi, gia đình anh có thể bị chia rẽ, nhưng rồi họ sẽ lại xích lại gần nhau bởi sự dũng cảm mà anh đã chứng tỏ." Đôi mắt Jeevan dính vào Paul khi Suman nói, "Ra đi thanh thản, em của anh." Trái tim tan nát, tôi leo lên giường bên anh lần cuối.

Tôi nghĩ tới những lần nằm bên nhau trước đây. Tám năm trước, khi còn là sinh viên Y, chúng tôi cũng nép vào

---

1. Ý chỉ nỗ lực cuối cùng, thường với khả năng cao sẽ thất bại. (DG)

nhau thế này trong chiếc giường đơn cạnh ông tôi khi ông ra đi tại nhà, cắt ngắn kế hoạch trăng mật của chúng tôi để chăm sóc ông. Chúng tôi phải thức giấc mỗi vài giờ để đưa thuốc cho ông; tình yêu của tôi với Paul trở nên sâu sắc khi nhìn anh cúi người lắng nghe từng yêu cầu ông tôi thì thào. Chúng tôi chưa bao giờ có thể tưởng tượng ra tình huống này, giường bệnh của chính Paul trong một tương lai thật gần. Hai mươi hai tháng trước, chúng tôi cùng khóc trên một giường bệnh khác trong chính bệnh viện này khi nghe về chẩn đoán của anh. Tám tháng trước, chúng tôi lại bên nhau tại đây trên giường nghỉ của tôi khi Cady chào đời, cùng ngủ trong vòng tay nhau một giấc ngủ dài đầu tiên mà tôi có được kể từ lúc chuyển dạ. Tôi nghĩ về chiếc giường ấm áp nay vắng vẻ ở nhà, nhớ về lúc mới yêu ở New Haven mười hai năm trước tôi đã từng rất ngạc nhiên khi phát hiện ra cơ thể và tay chân chúng tôi mới vừa khít nhau làm sao. Và nghĩ về việc chúng tôi luôn say ngủ mỗi lần ôm ấp nhau từ dạo đó. Bằng tất cả những gì mình có, tôi hy vọng rằng anh có thể cảm thấy bình yên như vậy ngay lúc này.

Một giờ sau, mặt nạ và máy theo dõi được tháo bỏ, moocphin truyền chảy qua tĩnh mạch của anh. Paul thở đều đặn nhưng nông, anh trông có vẻ thoải mái. Dù vậy, khi tôi hỏi anh có cần thêm moocphin, anh gật đầu và nhắm mắt lại. Mẹ anh ngồi sát cạnh; tay cha đặt trên đầu anh. Cuối cùng, anh chìm vào vô thức.

Hơn chín giờ sau, toàn bộ gia đình Paul – bố mẹ, anh em, chị dâu, con gái và tôi – cùng ngồi cầu nguyện khi Paul hít từng hơi thở ngắt quãng trong vô thức. Mí mắt anh đóng chặt, khuôn mặt thư giãn. Những ngón tay dài đặt nhẹ trong bàn tay tôi. Bố mẹ Paul ôm Cady và đặt bé lại vào giường để ôm ấp, cho ti sữa và ngủ. Cả căn phòng đầy ắp yêu thương, tựa như rất nhiều kỳ nghỉ lễ và cuối tuần mà chúng tôi cùng chia sẻ trong suốt những năm qua. Tôi vuốt tóc Paul, thầm thì, "Anh là chàng Paladin dũng cảm" – tên thân mật của Paul mà tôi đặt – và hát nhẹ nhàng bên tai anh bài thơ chúng tôi sáng tác những tháng trước với thông điệp "Cám ơn anh vì đã yêu em." Một người họ hàng thân thiết và bác họ Paul đến, sau đó là mục sư của chúng tôi. Cả gia đình cùng chia sẻ các câu chuyện yêu thương và lời đùa phiếm; sau đó tất cả chuyển sang nghẹn ngào, cùng nhìn ngắm khuôn mặt Paul và trầm mình trong những giờ phút cuối đầy quý giá và đau thương.

Ánh nắng chiều ấm áp bắt đầu xiên qua cửa sổ phía tây bắc của căn phòng khi hơi thở của Paul dần khẽ. Những nắm tay mũm mĩm của Cady dụi mắt khi giờ ngủ tới gần, một người bạn của gia đình đến đưa bé về nhà. Tôi đặt má Cady áp gần má Paul, mớ tóc đen của cả hai cha con cùng rẽ lệch tương tự, khuôn mặt anh thanh thản, khuôn mặt bé nghịch ngợm nhưng điềm tĩnh. Cô con gái yêu thương của anh không bao giờ có thể nghĩ được đó lại là giờ phút chia tay. Tôi khẽ hát bài hát ru của Cady, hát cho bé, hát cho cả hai, và sau đó để bé về.

Khi căn phòng tối dần vào đêm, chiếc đèn tường tỏa sáng ấm áp, hơi thở Paul trở nên ngập ngừng và không đều nữa. Cơ thể anh vẫn có vẻ bình an, chân tay thả lỏng. Trước 9 giờ tối, đôi môi anh tách ra và mắt nhắm lại, Paul hít vào và thở ra hơi thở cuối cùng, thật sâu.

Ở một khía cạnh nào đó, *Khi hơi thở hóa thinh không* chưa hoàn thành và bị trật lối bởi sự suy giảm sức khỏe nhanh chóng của Paul. Nhưng đây chính là yếu tố bản chất về tính thực của nó, của hiện thực mà Paul đối mặt. Trong suốt năm cuối cuộc đời, Paul viết không ngừng nghỉ, được tiếp sức bởi mục đích và thúc đẩy bởi tiếng tích tắc của đồng hồ. Anh bắt đầu bằng sự háo hức mỗi đêm khi còn là bác sĩ nội trú về phẫu thuật thần kinh, khẽ gõ bàn phím laptop trong lúc nằm cạnh tôi trên giường. Sau đó là những buổi chiều trên chiếc ghế dựa, rồi lại viết nên từng đoạn văn trong phòng đợi bác sĩ ung thư, rồi khi hóa trị chảy vào ven tay, anh lắng nghe cuộc gọi từ người biên tập sách, anh mang theo chiếc laptop bạc tới mọi nơi anh đến. Khi đầu ngón tay anh xuất hiện các khe nứt đau nhức vì hóa trị, chúng tôi tìm được một loại găng tay viền bạc không đường nối cho phép anh sử dụng ô con trỏ và bàn phím dễ dàng hơn. Trọng tâm của các cuộc hẹn chăm sóc giảm nhẹ là các chiến lược nhằm giúp anh duy trì sự tập trung tinh thần để viết, gạt đi nỗi kiệt sức khi căn bệnh ung thư tiến triển. Paul đã rất kiên tâm để có thể tiếp tục viết.

Cuốn sách mang theo sự gấp rút của cuộc đua vượt thời gian, của những điều quan trọng muốn nói. Paul đương đầu với cái chết – nghiên cứu nó, đánh vật với nó, chấp nhận nó – trong vai trò một bác sĩ và cả một bệnh nhân. Anh ấy muốn giúp mọi người hiểu thêm về cái chết và đối mặt với tuổi đời giới hạn của họ. Thời nay, ra đi ở tuổi bốn mươi không phải là phổ biến, nhưng cái chết thì không vậy. "Một điều về ung thư phổi là nó không quá đặc biệt," Paul viết trong một email gửi tới Robin người bạn thân nhất của anh. "Nó chỉ bi thảm vừa đủ và có thể mường tượng được. [Người đọc] có thể đặt mình vào vị trí đó, bước đi vài bước và nói, 'Ồ hóa ra là như vậy... nhưng sớm hay muộn thì tôi cũng quay về chỗ của mình thôi.' Mình nghĩ đó chính là điều mà mình hướng tới. Không phải là chủ nghĩa giật gân về cái chết, cũng không phải lời cổ vũ mang đến những nụ hồng, mà chỉ đơn giản là: Những gì có thể xảy đến trong đoạn đường phía trước." Hiển nhiên Paul đã làm nhiều hơn cả việc mô tả địa hình con đường. Anh đã bước qua con đường đó đầy dũng cảm.

Quyết định không quay lưng với cái chết của Paul đã cô đọng lại một sự ngoan cường mà chúng ta chưa đủ tôn vinh trong nền văn hóa tránh né cái chết của chúng ta. Sức mạnh của anh được đặc trưng bởi lòng đam mê và nỗ lực, nhưng cũng bởi sự mềm yếu, đối ngược lại nỗi đắng cay. Anh dành phần lớn cuộc đời mình đánh vật với câu hỏi làm thế nào để sống một cuộc đời có ý nghĩa và cuốn sách của anh đã khám phá ra ranh giới cốt yếu đó. "Người chứng kiến luôn là người nói ra," Emerson đã viết. "Theo cách nào đó, ước mơ của anh ta được kể lại; theo cách nào đó, anh ta công bố chúng bằng cả niềm vui thú khoan thai." Viết ra cuốn sách này là một cơ hội để người quan sát dũng cảm trở thành một người truyền đạt, để dạy chúng ta cách đối mặt với cái chết một cách trọn vẹn.

Cho đến khi cuốn sách được xuất bản, hầu hết gia đình và bạn bè của chúng tôi không hề biết về những khó khăn trong hôn nhân mà Paul và tôi đã trải qua ở đoạn cuối quãng thời gian nội trú. Tôi thấy mừng là Paul đã viết về nó. Đó là một phần của sự thật, một cách định nghĩa khác, một mảnh của sự vùng vẫy, của lời cam kết giữ trọn và của Ý nghĩa của cuộc đời tôi và Paul. Chẩn đoán về căn bệnh ung thư của anh giống như một chiếc kẹp vỏ cứng, đưa chúng tôi quay trở lại phần thịt quả mềm ngọt, nhiều dinh dưỡng của hôn nhân. Chúng tôi bám chặt vào nhau để anh sống sót về mặt thể chất và cả hai cùng sống sót về mặt tinh thần. Tình yêu của chúng tôi đã được lột trần. Chúng tôi từng nói đùa với bạn bè rằng bí kíp để cứu sống mối quan hệ đó là một trong hai người bị bệnh gần chết. Trái lại, chúng tôi tự hiểu rằng thật ra bí kíp để kiểm soát một căn bệnh thập tử nhất sinh lại chính là yêu thương – để có thể bị tổn thương, để có lòng tử tế, để bao dung, và để biết ơn. Vài tháng sau cuộc chẩn đoán bệnh, khi đứng kề bên trong một buổi lễ nhà thờ, chúng tôi đã cùng hát bài thánh ca "Khúc Bầy Tôi." Từng lời vang lên đầy ý nghĩa khi cả hai phải đối mặt với sự bất định và nỗi đau: "Tôi sẽ chia sẻ niềm vui và nỗi đau của bạn/ Cho tới khi chúng ta trải nghiệm hết cuộc hành trình này."

Ngay sau chẩn đoán, Paul đã nói chuyện tôi nên tái hôn nếu anh qua đời. Điều này đã minh họa cho việc anh luôn cố gắng hết sức để đảm bảo cho tương lai của tôi ngay cả khi đau ốm. Anh cam kết sẽ đem lại những điều tốt đẹp nhất cho tôi, về mặt tài chính, sự nghiệp của tôi và về việc làm mẹ có ý nghĩa thế nào. Trong khi đó, tôi cũng cố gắng hết sức để đảm bảo cho hiện tại của anh, để khiến khoảng thời gian còn lại của anh đẹp nhất có thể. Tôi theo dõi và quản lý mọi triệu chứng cũng như các khía cạnh chăm sóc y tế – đây là vai trò bác sĩ quan trọng nhất trong cuộc đời tôi – đồng thời ủng hộ niềm đam mê của anh, lắng nghe những lời thì thầm về nỗi sợ hãi khi chúng tôi ôm nhau trong căn phòng tối an toàn. Tôi đã chứng kiến, nhận thức, chấp nhận, và an ủi. Chúng tôi dính lấy nhau hệt như thời sinh viên khi còn nắm chặt tay nhau trong suốt bài giảng học đường. Giờ đây, chúng tôi nắm tay nhau trong túi áo khoác của anh khi bước ra ngoài phòng hóa trị, Paul mặc áo khoác đông và đội mũ kín ngay cả khi trời đã ấm. Anh biết rằng anh sẽ không bao giờ cô đơn, không bao giờ phải đau khổ một cách không cần thiết. Vài tuần trước khi chết, khi nằm trên giường tại nhà tôi đã hỏi anh: "Anh thở được không nếu đầu em dựa trên ngực anh thế này?" Câu trả lời của Paul là: "Đấy là cách duy nhất để biết được anh còn thở." Việc tôi và Paul đã trở thành một phần có ý nghĩa sâu đậm trong cuộc đời của nhau chính là phước lành lớn nhất từng đến với tôi.

Cả hai chúng tôi dựa vào gia đình Paul để có được sức mạnh. Họ đã nâng đỡ giúp chúng tôi vượt qua bệnh tật và luôn ủng hộ trong việc chào đón bé Cady đến với gia đình. Mặc cho nỗi đau khôn cùng về căn bệnh của Paul, cha mẹ anh luôn là một nguồn động viên, an ủi và bao bọc không chút nể hà. Họ thuê một chung cư gần đó, ghé thăm thường xuyên, cha Paul xoa chân cho anh, mẹ anh làm món dosa Ấn Độ cùng với chutney dừa. Chân gác dựng để giảm bớt các cơn đau lưng, Paul, Jeevan và Suman cùng nằm dài trên ghế, bàn luận về những "phép tắc" trong các trận đấu bóng. Vợ Jeevan – Emily – và tôi cười lớn ngay cạnh trong lúc Cady và em họ Eve cùng James đang say ngủ. Những buổi chiều như thế, phòng khách của chúng tôi cảm giác như một ngôi làng nhỏ an toàn. Ngay tại đó chỉ sau một chút, tôi sẽ chụp vài tấm ảnh khi Paul ngồi ôm Cady trên ghế, đọc to các tác phẩm của Robert Frost, T. S. Eliot và Wittgenstein. Những khoảnh khắc đơn giản đó đầy ắp sự thanh nhã và vẻ đẹp, thậm chí là cả may mắn, nếu khái niệm đó có thể cho là tồn tại. Và quả là chúng tôi cảm thấy may mắn và biết ơn – đối với gia đình, với cộng đồng, với những cơ hội, với con gái của chúng tôi và đối với việc chúng tôi đã ở bên nhau tại thời điểm đòi hỏi sự tin tưởng và chấp nhận tuyệt đối. Những năm qua dù rằng khổ sở và khó khăn – đôi khi tưởng chừng như là không thể – thì chúng vẫn là những năm tháng đẹp đẽ và có ý nghĩa nhất trong cuộc đời. Chúng đòi hỏi việc nắm giữ sự sống và cái chết, niềm vui và nỗi đau một cách cân bằng, đồng thời khám phá ra những chiều sâu mới của lòng biết ơn và tình yêu thương.

Dựa vào sức mạnh của chính bản thân mình cùng sự hỗ trợ của gia đình và cộng đồng, Paul đối mặt với từng giai đoạn bệnh tật một cách đầy bao dung. Không phải nhờ sự hiên ngang can đảm, hay thứ niềm tin lạc lối rằng anh có thể "vượt qua" hoặc "chiến thắng" bệnh tật, mà nhờ vào sự xác thực cho phép anh đau đớn về một tương lai đánh mất, để rồi xây dựng nên một tương lai mới. Paul đã khóc vào ngày nghe chẩn đoán. Anh cũng khóc khi trông thấy bức tranh trong tủ gương phòng tắm có ghi: "Anh muốn dành khoảng thời gian còn lại với em." Anh khóc vào ngày cuối cùng ở phòng phẫu thuật. Paul cho phép mình mở lòng và yếu ớt, cho phép bản thân được ủi an. Ngay cả khi bệnh thập tử nhất sinh, Paul vẫn sống một cách trọn vẹn. Bất kể sự sụp đổ về thể chất, anh duy trì tính sôi nổi, cởi mở và lòng đầy hy vọng, không phải vào khả năng cứu chữa hiếm hoi mà vào những ngày tràn đầy mục đích sống và ý nghĩa.

Trong *Khi hơi thở hóa thinh không*, chất giọng Paul mạnh mẽ và đặc biệt, nhưng cũng có phần cô đơn ở một khía cạnh nào đó. Song song cùng với câu chuyện này là tình yêu, sự ấm áp, tính rộng rãi và sự chấp nhận tuyệt đối quanh Paul. Ở đây anh là một bác sĩ, một bệnh nhân và nằm trọn trong mối quan hệ bác sĩ – bệnh nhân. Anh viết bằng một chất giọng mạch lạc, chất giọng của một ai đó bị giới hạn bởi thời gian, một người phấn đấu không ngừng nghỉ dù rằng có cả những bản thể khác nữa. Tính hài hước của anh là một trong những điều không được thể hiện đầy đủ trong những trang sách này – anh ấy vui tính một cách tinh quái – và còn có sự ngọt ngào cùng mềm mỏng, những giá trị anh luôn gìn giữ trong các mối quan hệ với bạn bè và gia đình. Nhưng đây là cuốn sách anh viết; đây là chất giọng của anh trong khoảng thời gian này; đây là thông điệp hiện tại, đây là những gì anh viết khi anh cần phải viết. Thật lòng, phiên bản Paul mà tôi nhớ nhất, thậm chí còn hơn cả phiên bản mạnh mẽ rạng ngời thời mới yêu, đó chính là người đàn ông đầy tập trung trong năm vừa qua, phiên bản Paul lúc viết cuốn sách này – mong manh nhưng không bao giờ yếu đuối.

Paul tự hào về cuốn sách. Bởi đó là cực điểm của tình yêu đối với văn học trong anh – anh từng nói rằng đối với anh thơ văn còn là nguồn an ủi hơn cả Kinh thánh – và khả năng nhào nặn từ cuộc đời ra một câu chuyện đầy sức thuyết phục và có sức mạnh về việc sống cùng cái chết. Khi viết email cho người bạn thân nhất vào tháng Năm năm 2013 để thông báo về căn bệnh ung thư của mình, anh viết, "Tin vui là tớ đã sống lâu hơn cả Brontës, Keats và Stephen Crane. Tin buồn là tớ vẫn chưa viết được cái gì cả." Chặng đường sau đó là một trong những biến đổi – từ một nghề nghiệp đầy đam mê này sang một nghề nghiệp khác, từ một người chồng sang một người cha và cuối cùng, dĩ nhiên là từ sự sống đến cái chết, sự biến đổi tận cùng mà chúng ta ai cũng phải đối diện. Tôi tự hào vì mình là người đồng hành của anh, ngay cả khi anh viết cuốn sách này, một hành động cho phép anh sống cùng hy vọng, với thứ thuật giả kim tinh tế về khả năng và cơ hội mà anh đã viết thật hùng hồn. Cho đến cuối con đường.

Paul được chôn cất trong một chiếc quan tài đan từ cây liễu tại rìa cánh đồng ở dãy núi Santa Cruz, nhìn xuống Thái Bình Dương và một bờ biển rải đầy kỷ niệm – những cuộc dạo đường dài, tiệc hải sản, cocktail sinh nhật. Hai tháng trước đó trong một cuối tuần ấm áp vào tháng Giêng, chúng tôi đã nhúng bàn chân mũm mĩm của Cady xuống làn nước mặn ở bãi biển ngay bên dưới. Anh đã tách rời khỏi định mệnh cơ thể mình sau khi chết và anh để chúng tôi tự đưa ra quyết định với nó. Tôi tin rằng chúng tôi đã lựa chọn đúng. Mộ của Paul nhìn về phương Tây, qua năm dặm đổi tới biển. Xung quanh anh là những ngọn đồi bao phủ bởi cỏ dại, những cây tùng bách và cây đại kích vàng. Khi bạn ngồi xuống, bạn có thể nghe thấy tiếng gió, tiếng chim hót và tiếng ẩu đả của lũ sóc chuột. Paul ở đây theo đúng ước nguyện của mình. Nơi chôn cất anh mang đầy cảm giác rắn rỏi và tôn trọng, nơi anh xứng đáng được ở – một nơi mà tất cả chúng ta đều xứng đáng. Tôi nhớ đến câu kinh mà ông tôi thích: "Chúng ta sẽ lãnh đạm mà đứng lên, và leo tới đỉnh của những ngọn đồi vĩnh diệt, nơi gió thật mát và khung cảnh thật lộng lẫy."

Và đây cũng không phải là một nơi luôn dễ dàng. Thời tiết khó đoán định. Bởi vì Paul được chôn ở mặt gió của dãy núi, tôi đã từng tới thăm anh trong ánh mặt trời rực rỡ, trong mây mù phủ kín và trong cả mưa lạnh đầy nhức nhối. Nó có thể rất khó chịu cũng như đầy bình an, vừa thuận hòa lại vừa cô độc – giống như cái chết, như sự đau thương – nhưng luôn có nét đẹp trong tất cả mọi điều đó và tôi nghĩ rằng điều này vừa tốt vừa đúng.

Tôi tới thăm mộ anh thường xuyên, cầm theo một chai nhỏ Madeira, loại rượu trong tuần trăng mật của chúng tôi. Mỗi lần, tôi rót xuống cỏ một ít cho Paul. Khi cha mẹ và anh em trai Paul ở bên, chúng tôi cùng trò chuyện, và tôi xoa tay vào đám cỏ như thể đó là tóc của anh vậy. Cady tới thăm mộ Paul trước giờ ngủ, nằm trên một tấm chăn, nhìn lên những đám mây bay ngang trời và nghịch các đóa hoa cỏ ngay cạnh. Buổi tối trước lễ truy điệu của Paul, anh chị em và khoảng hai mươi người bạn cũ thân thiết nhất cùng ở bên nhau. Tôi tự hỏi liệu chúng tôi có làm hỏng cả đám cỏ khi rót xuống nhiều rượu whisky tới vậy.

Đôi khi tôi quay lại và phát hiện ra rất nhiều hoa — tulip, lily, cẩm chướng — đã bị nai ăn mất. Dù sao thì đây cũng là một công dụng tốt của những đóa hoa, Paul có lẽ sẽ thích điều này. Đất đai sớm bị xẫn lên bởi lũ giun trùng, chu trình biến hóa tự nhiên tiếp diễn. Điều này gợi nhắc đến những gì Paul đã thấy và giờ khắc sâu trong xương tủy tôi: Sự xoắn xuýt đồng hành của sinh và tử, cùng khả năng đối mặt, khả năng tìm kiếm ý nghĩa của chúng ta — bất kể điều này, hay vì chính điều này. Những gì xảy đến với Paul thật đau đớn, nhưng bản thân anh ấy không phải là một bi kịch.

Tôi đã nghĩ mình sẽ chỉ cảm thấy trống rỗng và tan vỡ sau khi Paul chết. Tôi không bao giờ có thể tưởng tượng được rằng hóa ra tình yêu dành cho một người có thể không suy suyển ngay cả khi họ đã ra đi và tôi vẫn cảm thấy tình yêu đó, cũng như sự biết ơn bên cạnh những nỗi đau khôn cùng. Sự thống khổ đôi khi quá nặng nề tới mức tôi run rẩy và rên rĩ dưới sức nặng của nó. Paul đã ra đi và tôi nhớ anh ấy gần như trong mọi khoảnh khắc, nhưng đôi khi tôi cảm thấy như thể mình vẫn là một phần trong cuộc sống mà cả hai chúng tôi cùng xây dựng lên. C. S. Lewis đã từng viết: "Sự mất mát không cắt cụt tình yêu hôn nhân mà nó chỉ là một giai đoạn thông thường – giống như tuần trăng mật. Điều chúng ta muốn đó là duy trì cuộc sống lứa đôi qua giai đoạn đó thật tốt đẹp và chân thành." Thông qua việc chăm sóc con gái chúng tôi, gìn giữ mối quan hệ với người thân trong gia đình, xuất bản cuốn sách này, theo đuổi những công việc có ý nghĩa, tới thăm mộ Paul, thương khóc và tôn vinh anh, kiên trì bền bỉ,… tình yêu của tôi vẫn tiếp tục – vẫn sống tiếp – theo cách mà tôi chưa từng nghĩ đến.

Mỗi khi nhìn thấy bệnh viện nơi Paul đã sống và chết đi trong vai trò của một bác sĩ và một bệnh nhân, tôi hiểu rằng anh đã thực sự sống, anh đã đóng góp rất nhiều khi là một bác sĩ phẫu thuật thần kinh và một nhà thần kinh học. Anh có lẽ đã giúp vô số bệnh nhân và gia đình họ vượt qua những khoảnh khắc khó khăn nhất trong cuộc đời, nhiệm vụ đã đưa anh đến với phẫu thuật thần kinh trước kia. Anh đã, và sẽ tiếp tục, là một người tốt cũng như một người suy nghĩ sâu sắc. Cuốn sách này là một cách khác để anh giúp đỡ mọi người, một sự cống hiến mà anh có thể làm. Điều này không giúp cho sự ra đi của anh, những mất mát của chúng tôi, giảm bớt đau thương. Nhưng anh tìm thấy Ý nghĩa trong sự phấn đấu. Ở trang cuối phần I của cuốn sách anh đã viết: "Bạn không bao giờ có thể đạt được sự hoàn hảo, nhưng bạn có thể tin vào đường tiệm cận của những gì mình không ngừng hướng tới." Đó là một công việc đầy gian khổ cùng những tổn thương, nhưng Paul chưa từng dao động. Đây là cuộc sống anh được ban tặng, và đây là những gì anh tạo ra. *Khi hơi thở hóa thinh không* đã hoàn thành, theo cách của chính nó.

Hai ngày sau khi Paul mất, tôi viết một trang nhật ký gửi tới Cady: "Khi một ai đó ra đi, mọi người thường có xu hướng nói những điều tốt đẹp về người đó. Con hãy nhớ rằng tất cả những gì tuyệt vời mà mọi người đang nói về cha con là thực. Cha con thật sự tốt đẹp và dũng cảm." Khi nghĩ về mục đích sống của Paul, tôi thường nghĩ về ca từ của một bản thánh ca trích trong Trên Đường Hành Hương[1]: "Người nhìn thấy dũng khí thực sự,/ Hãy đến đây.../ Những viễn vông sẽ bay đi,/ Người sẽ không còn sợ những gì người đời nói,/ Người sẽ gắng sức cả đêm lẫn ngày,/ Để trở thành một kẻ hành hương." Quyết định nhìn thẳng vào cái chết của Paul không chỉ là một minh chứng cho con người anh trong những giờ phút cuối cùng của cuộc đời mà là chính anh như trước đây vẫn vậy. Phần lớn cuộc đời mình, Paul luôn băn khoăn về cái chết – và liệu anh có thể đối mặt với nó một cách trọn vẹn tâm hồn mình hay không. Kết thúc, câu trả lời là "Có".

Tôi là vợ anh và là một nhân chứng.

---

1. Tên sách gốc: *The Pilgrim's Progress*. Đây là cuốn ngụ ngôn Thiên Chúa giáo được John Bunyan viết năm 1678; đây được xem là một trong những tác phẩm có giá trị nhất trong văn học Anh, được dịch ra hơn 200 thứ tiếng và chưa bao giờ ngừng xuất bản, được xem là tiểu thuyết tiếng Anh đầu tiên.

LỜI CẢM ƠN

Cảm ơn Dorian Karchmar, đại diện của Paul ở William Morris Endeavor, người đã mang đến sự ủng hộ và khuyến khích vô cùng to lớn giúp Paul có được niềm tin rằng anh có thể viết nên một cuốn sách quan trọng. Và tới Andy Ward, người biên tập cho Paul ở nhà xuất bản Random House, người có được lòng quyết tâm, sự thông thái và tài năng biên tập khiến Paul thật hào hứng được cộng tác cùng sự hài hước và lòng trắc ẩn khiến Paul muốn kết thân. Như một điều nguyện ước trước lúc ra đi, Paul đã đề nghị gia đình xuất bản cuốn sách này sau khi anh chết. Và việc tôi có thể cam đoan với Paul sẽ thực hiện điều này là nhờ có niềm tin tưởng chung vào Dorian và Andy. Thời điểm đó, bản thảo chỉ là một file mở trong máy tính, nhưng nhờ có tài năng và sự cống hiến của họ, tôi tin rằng khi chết, Paul hẳn đã biết rằng những từ ngữ đó sẽ được đưa ra thế giới. Và thông qua đó, con gái của chúng tôi sẽ biết đến anh. Cảm ơn Abraham Verghese về lời để tựa mà Paul có lẽ sẽ rất xúc động (điều duy nhất tôi phản đối là cái mà tiến sĩ Verghese cho rằng "bộ râu rậm rạp của một giáo

đổ" thực ra chỉ là bộ râu "tôi-chẳng-có-thời-gian-để-cạo!")
Tôi biết ơn Emily Rapp vì sự sẵn lòng gặp gỡ trong lúc tôi
đau khổ nhất và dìu dắt tôi qua lời bạt này, hướng dẫn tôi
như Paul thường làm, về việc nhà văn là ai và tại sao họ viết.
Cảm ơn tất cả mọi người đã ủng hộ gia đình chúng tôi,
bao gồm cả độc giả của cuốn sách. Cuối cùng, xin cảm ơn
những người ủng hộ, y bác sĩ và các nhà khoa học đã làm
việc không mệt mỏi để nâng cao nhận thức và nghiên cứu
về ung thư phổi, với mục đích biến ung thư phổi tiến triển
xa trở thành một căn bệnh có thể cứu chữa.

— LUCY KALANITHI

Nguồn ảnh: Suszi Lurie McFadden

Paul Kalanithi là một bác sĩ phẫu thuật thần kinh và một nhà văn. Anh lớn lên ở Kingman, Arizona, tốt nghiệp từ trường Stanford với bằng cử nhân và thạc sĩ về Văn học Anh và một bằng cử nhân về Sinh học người. Anh nhận bằng thạc sĩ triết học về Lịch sử và Triết học Khoa học, Y học tại trường Cambridge và tốt nghiệp xuất sắc từ trường Y thuộc đại học Yale, nơi anh được giới thiệu vào Alpha Omega Alpha, cộng đồng tôn vinh y học quốc gia. Anh quay trở lại Stanford để hoàn thành chương trình nội trú về phẫu thuật thần kinh và học theo học bổng nghiên cứu sinh về khoa học thần kinh, tại đó anh đã đạt được giải thưởng cao quý nhất cho nghiên cứu khoa học của Hiệp hội Phẫu thuật Thần kinh Hoa Kỳ. Anh mất tháng Ba năm 2015. Anh còn sống mãi trong gia đình yêu thương của mình, trong đó có vợ anh, Lucy, và con gái anh, Elizabeth Acadia.

TỦ SÁCH Y HỌC

1. *Hiểu về sự chết*, Sherwin B. Nuland
2. *Khi hơi thở hóa thinh không*, Paul Kalanithi
3. *Tế bào gốc*, Paul Knoepfler
4. *The Emperor of All Maladies: A Biography of Cancer (TD: Ung thư – căn bệnh Hoàng đế)*, Siddhartha Mukherjee (Sắp xuất bản)
5. *The Gene: An Intimate History (TD: Lịch sử Gene)*, Siddhartha Mukherjee (Sắp xuất bản)
6. *The Immortal Life of Henrietta Lacks (TD: Cuộc đời bất tử của Henrietta)*, Rebecca Skloot (Sắp xuất bản)

NHÀ XUẤT BẢN LAO ĐỘNG

175 Giảng Võ - Hà Nội

ĐT: (84-4) 3851 5380 – (84-4) 3736 6215

Fax: (84-4) 3851 5381; Email: nxblaodong@fpt.vn

Chi nhánh phía Nam

85 Cách mạng Tháng tám, Quận 1, Tp HCM

ĐT: 08.38390970; Fax: 08.39257205

Email: cn-nxbld@vnn.vn

KHI HƠI THỞ HÓA THINH KHÔNG
(tái bản)

Chịu trách nhiệm xuất bản: VÕ THỊ KIM THANH

Biên tập: BÙI THỊ PHƯƠNG THÚY
Sửa bản in: BÙI KIM TUYẾN
Bìa: THIÊN THANH
Trình bày: VŨ LÊ THƯ

In 5.000 cuốn, khổ 14 x 20.5 cm tại Công ty TNHH MTV In Tiến Bộ.
Địa chỉ: Số 175 Nguyễn Thái Học, Ba Đình, Hà Nội.
Giấy chấp nhận đăng kí kế hoạch xuất bản số: 461-2018/CXBIPH/10-20/LĐ
QĐXB số: 585/QĐ-NXBLĐ do Nhà xuất bản Lao Động cấp ngày 21/05/2018.
ISBN: 978-604-59-9447-4
In xong và nộp lưu chiếu năm 2018.

CÔNG TY CỔ PHẦN SÁCH ALPHA (OMEGA PLUS)

TẠI HÀ NỘI
Trụ sở chính: 176 Thái Hà, Phường Trung Liệt, Quận Đống Đa, TP. Hà Nội
*Tel: (84-24) 3 722 6234 I 35 I 36 ***Fax:** (84-24) 3722 6237 ***Email:** info@alphabooks.vn
Phòng kinh doanh: *Tel/Fax: (84-24) 3 773 8857 ***Email:** sale@alphabooks.vn

TẠI TP. HỒ CHÍ MINH
Chi nhánh tại TP. Hồ Chí Minh: 138C Nguyễn Đình Chiểu, Phường 6, Quận 3, TP. Hồ Chí Minh
*Tel: (84-28) 3 8220 334 I 35